ಚಿತ್ರಗಳಲ್ಲಿ ಗಾಂಧೀಜಿ

ಸಂಧ್ಯಾ ರಾವ್

ಅನುವಾದ ಅಶ್ವಿನಿ ಭಟ್

For Amma, for everything. – S

Thanks to

Gandhi Smriti and Darshan Smriti for permission to access and use the photographs; Sahmat, for permission to use pictures by the artists Nilima Sheikh, Amit Ambalal, K. M. Adimoolam, Prem Singh, Nand Katyal, Nalini Malani, Arpana Caur and Gulammohammad Sheikh; Ashok Rajagopalan; Akshay Bakaya

Chitragalalli gandhiji (Kannada)

ISBN 978-81-8146-421-7
© Tulika Publishers
First published in India 2007
originally in English

paper-cuts Niveditha Subramaniam
design Radhika Menon

Published by
Tulika Publishers, 13 Prithvi Avenue, Abhiramapuram, Chennai 600 018, India
email tulikabooks@vsnl.com   website www.tulikabooks.com

Printed and bound by
Sudarsan Graphics, 27 Neelakanta Mehta Street, T. Nagar, Chennai 600 017, India

For more information about Tulika or to order books visit our website www.tulikabooks.com

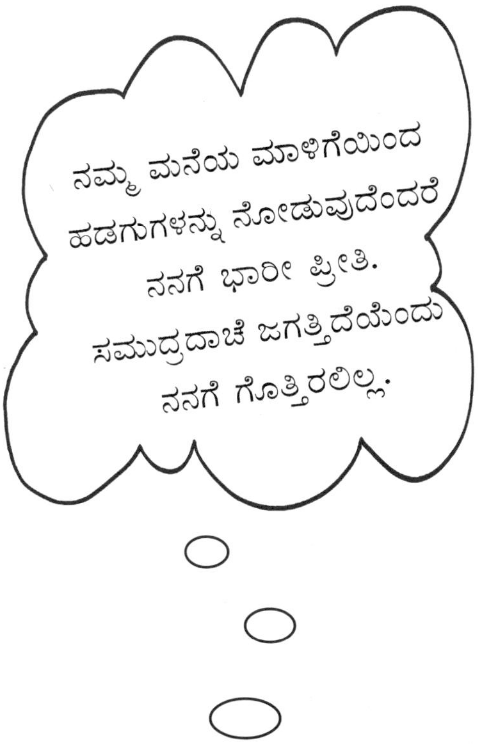

ನಮ್ಮ ಮನೆಯ ಮಾಳಿಗೆಯಿಂದ ಹಡಗುಗಳನ್ನು ನೋಡುವುದೆಂದರೆ ನನಗೆ ಭಾರೀ ಪ್ರೀತಿ. ಸಮುದ್ರದಾಚೆ ಜಗತ್ತಿದೆಯೆಂದು ನನಗೆ ಗೊತ್ತಿರಲಿಲ್ಲ.

ಒಂದಾನೊಂದು ಕಾಲದಲ್ಲಿ ಸಾಮಾನ್ಯ ಜೀವನ ನಡೆಸುತ್ತಿದ್ದ ಒಬ್ಬ ಮನುಷ್ಯನಿದ್ದ. ಅವನ ಬದುಕು ಎಷ್ಟು ಸಾಮಾನ್ಯವಾಗಿತ್ತೆಂದರೆ ಸತ್ತಾಗ ಅವನ ಹೆಸರಲ್ಲಿ ಚಿಕ್ಕಾಸೂ ಇರಲಿಲ್ಲ. ಶಾಂತಿಯ ಬದುಕು ನಡೆಸಿದ ಅವನು ಸತ್ಯ ಮತ್ತು ಪ್ರೀತಿಯಲ್ಲಿ ನಂಬಿಕೆ ಇಟ್ಟವನು.

ಒಂದಾನೊಂದು ಕಾಲದಲ್ಲಿ ಅವನೂ ಪುಟ್ಟ ಹುಡುಗನಾಗಿದ್ದ – ಎಲ್ಲಾ ಮಕ್ಕಳಂತೇ ಇವನೂ ಮಗು.

ಗಾಂಧೀಜಿ ಅಕ್ಟೋಬರ್ 2, 1869 ರಲ್ಲಿ ಈ ಮನೆಯಲ್ಲಿ ಹುಟ್ಟಿದರು. ಗುಜರಾತಿನ ಪೋರಬಂದರಿನ ಅರೇಬಿಯನ್ ಸಮುದ್ರದ ಬಳಿಯಲ್ಲಿದ್ದ ಮನೆ ಅದು. ಅಲ್ಲಿನ ಹಲವು ಮನೆಗಳನ್ನು ಮೆತ್ತಗಿನ ಬಿಳಿ ಕಲ್ಲಿನಲ್ಲಿ ಕಟ್ಟಿದ್ದರು.

ಮಗುವಾಗಿದ್ದಾಗ, ಅವರು ದೊಡ್ಡಕ್ಕನೊಂದಿಗೆ ಅಥವಾ ಆಯಾನೊಂದಿಗೆ ಆ ಬಿಳಿ ಊರಿನ ಸುತ್ತಲೂ ತಿರುಗಾಡುತ್ತಿದ್ದರು. ಒಬ್ಬನೇ ಇರುತ್ತಿರಲಿಲ್ಲ, ಅವರಿಗೋ ಕತ್ತಲೆಂದರೆ ಭಯ.

ಈ ಫೋಟೋದಲ್ಲಿ ಅವರಿಗೆ ಏಳು ವರ್ಷ. ಏನು ಯೋಚಿಸುತ್ತಿದ್ದಾರೆ, ಎಷ್ಟು ಗಂಭೀರ? ಹಕ್ಕಿಗಳು ಚುಚ್ಚಿದ ಸೀಬೇಕಾಯಿಯನ್ನ ಹೇಗೆ ಪಟ್ಟಿ ಹಾಕಿ ಕಾಪಾಡೋದು ಎಂದೇನೋ.

ಗಾಂಧೀಜಿ ಪುಟ್ಟವರಾಗಿರೋವಾಗದ್ದು ಹೆಚ್ಚು ಫೋಟೋಗಳಿಲ್ಲ, ಏಕೆಂದರೆ ಆಗ ಕ್ಯಾಮರಾಗಳೇ ಇರಲಿಲ್ಲ!

ಮಹಾತ್ಮಾ ಗಾಂಧಿಯ ಹೆಸರು ಮೋಹನದಾಸ್ ಕರಮಚಂದ್ ಗಾಂಧಿ. ಅವರಮ್ಮ ಅವರನ್ನು ಮೋಹನಿಯಾ ಅಂತ ಕರೀತಿದ್ರು. ಮೋಹನಿಯಾಗೆ ತುಂಬಾ ನಾಚಿಕೆ ಮತ್ತು ಕತ್ತಲೆಯೆಂದರೆ ಭಯ.

ನಾನೋ ರಾಜಕುಮಾರ, ನನ್ನಮ್ಮನ ರಾಜಕುಮಾರ! ಒಮ್ಮೆಯಂತೂ ದೇವರ ಕೋಣೆಯಲ್ಲಿನ ಮೂರ್ತಿಯನ್ನು ತೆಗೆದು ನಾನೇ ಅಲ್ಲಿ ಕೂತುಬಿಟ್ಟಿದ್ದೆ!

ಅವರಮ್ಮನ ಹೆಸರು ಪುತಲೀಬಾಯಿ.ಅವಳು ಅವರಪ್ಪ ಕರಮಚಂದರ, ನಾಕನೇ ಹೆಂಡತಿ. ಅವರಷ್ಟು ಓದಿ ಬರೆದವರಲ್ಲ ಆದರೆ ಒಳ್ಳೆ ಕೆಲಸದಲ್ಲಿದ್ದರು ಮತ್ತು ಸಂಸಾರ ಸುಖವಾಗಿ ನಡೆಯುತ್ತಿತ್ತು.

ಮೋಹನಿಯಾಗೆ ಶಾಲೆಗೆ ಹೋಗೋದೆಂದರೆ ಆಗದು. ಯಾವಾಗಲೂ ಅಮ್ಮನೊಂದಿಗೇ ಇರಬೇಕೆಂದು ಆಸೆ. ಅವರು ಓದಿನಲ್ಲಿ ಬೇರೆ ಸ್ವಲ್ಪ ಹಿಂದೆ, ಅದರಲ್ಲೂ ಗುಣಿಸುವುದರಲ್ಲಿ.

ತನ್ನ ಆತ್ಮ ಚರಿತ್ರೆಯಲ್ಲಿ ಶಾಲೆಯ ಬಗ್ಗೆ ತನಗೆ ಹೆಚ್ಚು ನೆನಪಿಲ್ಲ ಎಂದು ಗಾಂಧೀಜಿ ಬರೆದಿದ್ದಾರೆ. ಆದರೆ ಅವರಿಗೆ ಎಲ್ಲಾ ಟೀಚರುಗಳ ಅಡ್ಡ ಹೆಸರುಗಳೂ ನೆನಪಿತ್ತು!

ಇದು ಕಸ್ತೂರ್, ಗಾಂಧೀಜಿಯ ಹೆಂಡತಿ. ಈ ಫೋಟೋದಲ್ಲಿ ಅವಳ ವರ್ಷ 16. ಅವರಿಗೆ 14. ಮೋಹನದಾಸ್ ಕರಮಚಂದ್ ಗಾಂಧಿ ಮತ್ತು ಕಸ್ತೂರ್ ಕಾಪಡಿಯಾ: ಅವರ ಹೆತ್ತವರು ಮದುವೆ ಮಾಡಿ ಕೊಟ್ಟಾಗ ಅವರಿಗೆ 13 ವರ್ಷ.

ತನಗೆ ಬೇಕಾದಾಗ ಆಟವಾಡಲು ಯಾರೋ ಸಿಕ್ಕರಲ್ಲ ಎಂದು ಅವರಿಗೆ ಭಾರೀ ಕುಶಿ. ಅವರು ಶಾಲೆಗೆ ಹೋಗುತ್ತಿದ್ದರು ಆದರೆ ಅವಳು ಶಾಲೆಗೆ ಹೋಗಿರಲಿಲ್ಲ, ಹಾಗಾಗಿ ಅವರು ಅವಳಿಗೆ ಕಾಟ ಕೊಡುತ್ತಿದ್ದರು. ಆದರೆ ಅವಳು ತನ್ನ ಪಾಡಿಗೇ ಇದ್ದು ಸ್ವತಃ ಯೋಚಿಸುವವಳಾದ್ದರಿಂದ ಏನೇ ಕಾಟ ಕೊಟ್ಟರೂ ಮಜವಿಲ್ಲ ಎಂದು ಅವರಿಗೆ ಬೇಗನೇ ತಿಳಿಯಿತು. ಏನೇ ಆದರೂ ಅವಳು ತನಗೆ ಏನು ಬೇಕೋ ಅದನ್ನೇ ಮಾಡುತ್ತಿದ್ದಳು.

ಅದಕ್ಕಿಂತಲೂ ಮುಖ್ಯ, ಮೋಹನನಿಗೆ ಕತ್ತಲೆಯೆಂದರೆ ಹೆದರಿಕೆ, ಕಸ್ತೂರ್‌ಗೆ ಹೆದರಿಕೆ ಇರಲಿಲ್ಲ.

ಶಾಲೆ ಮುಗಿಸಿದ ಮೇಲೆ ಅವರು ಕಾಲೇಜಿಗೆ ಹೋಗೋದಿಲ್ಲ ಎಂದು ಕೂತರು, ಅವರಿಗೆ ಕಾಲೇಜು ಇಷ್ಟವಿರಲಿಲ್ಲ. ಆದ್ರೆ ಮುಂದೇನು ಮಾಡುವುದೆಂದೂ ತಿಳಿದಿರಲಿಲ್ಲ.

ಅವರಪ್ಪ 1886 ರಲ್ಲಿ ತೀರಿ ಹೋಗಿದ್ದರು. 1888ರಲ್ಲಿ ಕಸ್ತೂರ್ಗೆ, ಅವರಿಗೆ ಗಂಡು ಮಗು ಹುಟ್ಟಿತ್ತು. ಮಗುವಿಗೆ ಹರಿಲಾಲ್ ಎಂದು ಹೆಸರಿಟ್ಟರು.

ಇಲ್ಲಿ ಗಾಂಧೀಜಿಗೆ 17 ವರ್ಷ, ಇದವರ ದೊಡ್ಡಣ್ಣ, ಲಕ್ಷ್ಮೀದಾಸ್. ಅವರಿಗೆ ಮಲತಾಯಿಯಿಂದ ಇಬ್ಬರು ಅಕ್ಕಂದಿರು, ಒಬ್ಬ ಸ್ವಂತ ಅಕ್ಕ ಮತ್ತು ಇಬ್ಬರು ಅಣ್ಣಂದಿರಿದ್ದರು. ಅವರೇ ಎಲ್ಲರಿಗಿಂತ ಚಿಕ್ಕವರು.

ನೀನ್ಯಾಕೆ ಇಂಗ್ಲೆಂಡ್‌ಗೆ ಹೋಗಿ ವಕೀಲಿ ಕಲಿಯಬಾರದು? ಸ್ನೇಹಿತನೊಬ್ಬ ಹೇಳಿದ.
ಗಾಂಧೀಜಿಗೆ ಅದು ಒಳ್ಳೆ ಸಲಹೆ ಎಂದನ್ನಿಸಿತು, ಅವರಿಗೆ ಪರದೇಶಕ್ಕೆ ಹೋಗುವ ಬಗ್ಗೆ
ಉತ್ಸಾಹವಿತ್ತು. ಹಾಗಾಗಿ ಅವರು ಬ್ಯಾಗ್ ಹಿಡಿದು ಕಸ್ತೂರ್ ಮತ್ತು ಮಗುವಿಗೆ
ವಿದಾಯ ಹೇಳಿ ಮುಂಬಯಿಯಿಂದ ಹಡಗು ಹಿಡಿದರು. ಸುಮಾರು 57 ದಿನಗಳ
ನಂತರ ಅವರು ಇಂಗ್ಲೆಂಡ್ ಸೇರಿದರು.

ಗಾಂಧೀಜಿ ಇಂಗ್ಲೆಂಡಿನಲ್ಲಿ ಇದ್ದ ಸಮಯದಲ್ಲಿನ ಲಂಡನ್ ರಸ್ತೆ ಇದು.

ಮನೆಯಿಂದ ಎಲ್ಲವೂ ಭಿನ್ನವಾಗಿತ್ತು. ಗಾಂಧೀಜಿ ಬಹಳ ನಾಚಿಕೆಯ ಸ್ವಭಾವದವರಾಗಿದ್ದರು, ಅವರಿಗೆ ಯಾರೂ ಸ್ನೇಹಿತರಿರಲಿಲ್ಲ.

ಹಾಗಾಗಿ ಅವರು ಉಳಿದ ಎಲ್ಲರಂತೆಯೇ ಬದುಕಲು ಪ್ರಯತ್ನಿಸಿದರು. ಬಗೆಬಗೆಯ ಬಟ್ಟೆ ಧರಿಸಿದರು, ಕತ್ತಿ–ಫೋರ್ಕಿನಲ್ಲಿ ತಿನ್ನಲು ಕಲಿತರು, ಡ್ಯಾನ್ಸ್ ಮಾಡಲೂ ಕಲಿತರು, ಜೊತೆಗೆ ಪಿಟೀಲು ನುಡಿಸುವುದನ್ನೂ ಕೂಡ.

ಅವರು ಹೆಚ್ಚಾಗಿ ಹಸಿದಿರುತ್ತಿದ್ದರು, ಏಕೆಂದರೆ ತನ್ನ ಅಮ್ಮನಿಗೆ ಮಾಂಸ ತಿನ್ನುವುದಿಲ್ಲ ಎಂದು ಮಾತು ಕೊಟ್ಟಿದ್ದರು. ಸಸ್ಯಾಹಾರಿ ಊಟ ಸಿಗುವುದು ಕಷ್ಟವಿತ್ತು.

ಇದೋ ನೋಡಿ, ಸಸ್ಯಾಹಾರಿ ಸಂಘದ ಸದಸ್ಯರೊಂದಿಗೆ ಕಪ್ಪು ಸೂಟ್ ಧರಿಸಿ ಕೂತಿದ್ದಾರೆ.

ನೀವು ನನ್ನನ್ನು ನೋಡಬೇಕಿತ್ತು: ರೇಶ್ಮೆ ಶರ್ಟು, ಕಪ್ಪು ಸೂಟ್, ಚರ್ಮದ ಶೂಗಳು ಮತ್ತು ಟೋಪಿ! ಬಟ್ಟೆಗಾಗಿ ನಾನು ಬಹಳ ದುಡ್ಡು ಖರ್ಚು ಮಾಡುತ್ತಿದ್ದೆ...

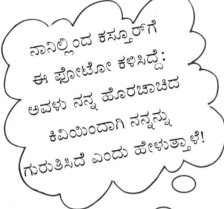

ನಾನಿಲ್ಲಿಂದ ಕಸ್ತೂರ್‌ಗೆ
ಈ ಫೋಟೋ ಕಳಿಸಿದ್ದೆ:
ಅವಳು ನನ್ನ ಹೊರಚಾಚಿದ
ಕಿವಿಯಿಂದಾಗಿ ನನ್ನನ್ನು
ಗುರುತಿಸಿದೆ ಎಂದು ಹೇಳುತ್ತಾಳೆ!

ಕೊನೆಗೂ ಗಾಂಧೀಜಿ ಉಳಿದ ಸಸ್ಯಾಹಾರಿಗಳನ್ನೂ, ಸೆಂಟ್ರಲ್ ಎಂಬ ಹೆಸರಿನ ಸಸ್ಯಾಹಾರಿ ಹೋಟೇಲನ್ನೂ ಕಂಡು ಹುಡುಕಿದರು. ಸಸ್ಯಾಹಾರಿ ಸಂಘದ ಲೊಗೋವನ್ನೂ ಅವರೇ ಬಿಡಿಸಿದರು.

ತಾನೇ ಅಡಿಗೆ ಮಾಡಲೂ ಕಲಿತರು, ಎಷ್ಟು ಬೇಕೋ ಅಷ್ಟೇ ತಿನ್ನುತ್ತಿದ್ದರು.

ತತ್ವಜ್ಞಾನದ ಬಗ್ಗೆ ಹಾಗೂ ಧರ್ಮದ ಬಗ್ಗೆ ಹಲವು ಪುಸ್ತಕಗಳನ್ನು ಓದಿದರು ಮತ್ತು ಚೆನ್ನಾಗಿ ಕೆಲಸ ಮಾಡಿದರು. ಲ್ಯಾಟಿನ್ ಅವರಿಗೆ ಬಹಳ ಕಷ್ಟವೆನಿಸುತ್ತಿತ್ತು ಆದರೂ ತಮ್ಮ ವಾಕಾಲತ್ತು ಪರೀಕ್ಷೆಯನ್ನು ಮುಗಿಸಿದರು. ಜೊತೆಗೇ ಮೆಟ್ರಿಕ್ಯುಲೇಷನ್‌ನನ್ನೂ ಮುಗಿಸಿದರು, ಇಂಗ್ಲಿಷನ್ನೂ ಚೆನ್ನಾಗಿ ಕಲಿತರು.

ಅವರಿಗೆ ವಯಸ್ಸು ಇಪ್ಪತ್ತೊಂದಾಗಿತ್ತು, ಆಗಲೇ ಇಂಗ್ಲೆಂಡಿನಲ್ಲಿ ಮೂರು ವರ್ಷ ಬದುಕಿಯಾಗಿತ್ತು. ಇಂಗ್ಲೆಂಡ್ ಬಿಡುವ ಮೊದಲು ಅವರಿದ್ದ ಜಾಗವಿದು: 52, ಬೇಸ್‌ವಾಟರ್.

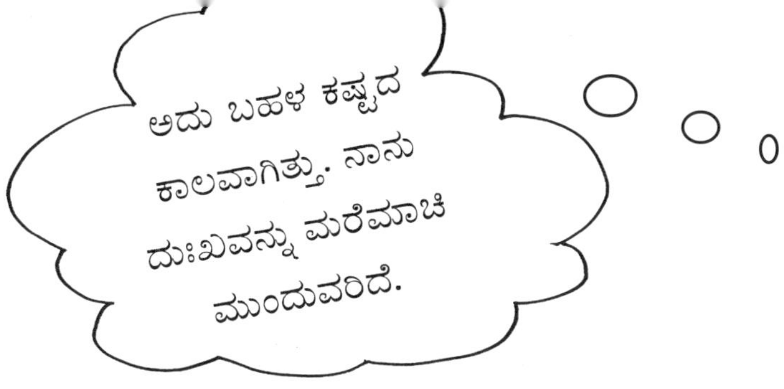

ಅದು ಬಹಳ ಕಷ್ಟದ ಕಾಲವಾಗಿತ್ತು. ನಾನು ದುಃಖವನ್ನು ಮರೆಮಾಚಿ ಮುಂದುವರಿದೆ.

ಗಾಂಧೀಜಿ ಭಾರತಕ್ಕೆ ವಾಪಾಸಾದಾಗ ಅವರಿಗೆ ದಿಗ್ಭ್ರಮೆಯಾಯಿತು, ಅವರಮ್ಮ ಕೆಲವೇ ತಿಂಗಳುಗಳ ಹಿಂದೆ ತೀರಿ ಹೋಗಿದ್ದರು. ಅವರು ಇಂಗ್ಲೆಂಡಿನಲ್ಲಿ ಒಬ್ಬರೇ ಇದ್ದ ಕಾರಣ ಯಾರೂ ಅವರಿಗೆ ಸುದ್ದಿ ತಿಳಿಸಿರಲಿಲ್ಲ. ಅವರಿಗೆ ದೂರ ದೇಶದಲ್ಲಿ ಸಮಧಾನ ಹೇಳುವವರು ಯಾರು? ಗಾಂಧೀಜಿಗೆ ದುಃಖ ತಡೆಯದಾಯಿತು.

ಆದರೆ ಅವರು ತಮ್ಮ ಸಂಸಾರವನ್ನು ನೋಡಿಕೊಳ್ಳಬೇಕಾಗಿತ್ತು. ಹಾಗಾಗಿ ಮುಂಬಯಿಗೆ ವಕೀಲರಾಗಿ ಕೆಲಸ ಮಾಡಲು ಹೋದರು. ಮುಂಬಯಿಯ ಉಚ್ಚ ನ್ಯಾಯಾಲಯದಲ್ಲಿ, ಕೆಲಸದ ಮೊದಲ ದಿನ, ತಮಗೆ ಜನರೆದುರು ಮಾತನಾಡಲಾಗುವುದಿಲ್ಲ ಎಂದು ಗಾಂಧೀಜಿಗೆ ತಿಳಿಯಿತು. ಅವರಿಗೆ ವಿಪರೀತ ಭಯವಾಗಿತ್ತು.

ಅವರು ತಮ್ಮ ಸಾಮಾನನ್ನು ಕಟ್ಟಿ ವಾಪಾಸು ರಾಜ್‌ಕೋಟ್‌ಗೆ ಮರಳಿದರು. ಅಲ್ಲಿ ಅವರ ಅಣ್ಣಂದಿರು ಅವರಿಗೆ ಸಣ್ಣ ಪುಟ್ಟ ಕೆಲಸ ಹುಡುಕಿ ಕೊಟ್ಟರು.

BOMBAY HIGH COURT

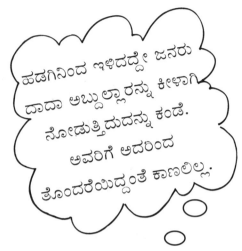

ಹಡಗಿನಿಂದ ಇಳಿದದ್ದೇ ಜನರು ದಾದಾ ಅಬ್ದುಲ್ಲಾರನ್ನು ಕೀಳಾಗಿ ನೋಡುತ್ತಿದುದನ್ನು ಕಂಡೆ. ಅವರಿಗೆ ಅದರಿಂದ ತೊಂದರೆಯಿದ್ದಂತೆ ಕಾಣಲಿಲ್ಲ.

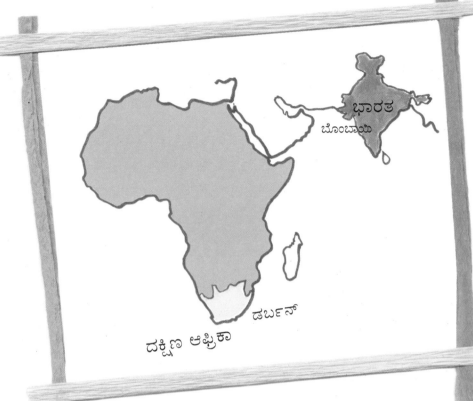

ಭಾರತ
ಬೊಂಬಾಯಿ
ಡರ್ಬನ್
ದಕ್ಷಿಣ ಆಫ್ರಿಕಾ

ಹಾಗೇ ಕೆಲವು ತಿಂಗಳು ಕಳೆದವು. ನಂತರ ಅವರಿಗೆ ದಕ್ಷಿಣ ಆಫ್ರಿಕಾದ ಯಾರೋ ವರ್ತಕರೊಬ್ಬರು ವಕೀಲರನ್ನು ಹುಡುಕುತ್ತಿದ್ದರು ಎಂದು ತಿಳಿಯಿತು. ವರ್ತಕರ ಹೆಸರು ದಾದಾ ಅಬ್ದುಲ್ಲಾ ಶೇತ್, ಅವರು ಡರ್ಬನ್‌ನಲ್ಲಿದ್ದರು. ಅವರು ತಮ್ಮ ಬಳಿ ಸುಮಾರು ಒಂದು ವರ್ಷ ಕೆಲಸ ಮಾಡುವವರಿಗಾಗಿ ಹುಡುಕುತ್ತಿದ್ದರು. ದಕ್ಷಿಣ ಆಫ್ರಿಕಾ ಭಾರತದಿಂದ ತುಂಬಾ ದೂರದಲ್ಲಿದ್ದರೂ, ಗಾಂಧೀಜಿ ಹೋಗಲು ನಿರ್ಧರಿಸಿದರು.

ಅದು ಏಪ್ರಿಲ್ 1893. ಆಗಲೇ ಅವರಿಗೂ ಕಸ್ತೂರ್‌ಗೂ ಇಬ್ಬರು ಪುಟ್ಟ ಹುಡುಗರಿದ್ದರು, ಹರಿಲಾಲ್ ಮತ್ತು ಮಣಿಲಾಲ್. ಗಾಂಧೀಜಿ ಅವರೆಲ್ಲರನ್ನು ಬಿಟ್ಟು ತಿರುಗೊಮ್ಮೆ ಹಡಗು ಹತ್ತಿ ಹೊರಟರು.

ಗಾಂಧೀಜಿ ಮೇ ತಿಂಗಳಲ್ಲಿ ಡರ್ಬನ್ ತಲುಪಿದ್ದೇ, ಹೀಗೆ, ಈ ಫೋಟೋದಲ್ಲಿ ಕಾಣುವಂತೆ ಫ್ರಾಕ್ ಕೋಟು, ಮುಂಡಾಸು ಕಟ್ಟಿ ಕೆಲಸಕ್ಕೆ ಹೊರಟರು. ಇಂಗ್ಲೆಂಡಿನಲ್ಲಿ ಕಾಣುವುದಕ್ಕಿಂತ ಇಲ್ಲಿ ಭಿನ್ನವಾಗಿ ಕಾಣುತ್ತಿದ್ದಾರೆ.

ನ್ಯಾಯಾಧೀಶರು ಅವರನ್ನು ನೋಡಿದ್ದೇ ತಡ, ಈ ಮುಂಡಾಸು ತೆಗೆ, ಎಂದರು.

ಭಾರತೀಯರಲ್ಲಿ ಕೆಲವರಲ್ಲಿ ತಮ್ಮ ತಲೆಯನ್ನು ಮುಚ್ಚಿಡುವುದು ಒಂದು ರೀತಿಯ ಪದ್ಧತಿ. ಗಾಂಧೀಜಿ, ಇಲ್ಲ ತೆಗೆಯಲಾರೆ ಎಂದು ಹೇಳಿ ಕೋರ್ಟಿನಿಂದ ಹೊರಗೆ ನಡೆದರು.

ಈ ಬಗ್ಗೆ ಅವರು ಪತ್ರಿಕೆಗಳಿಗೆ ವರದಿ ಒಪ್ಪಿಸಿದರು, ವಿಷಯ ಹಬ್ಬಿತು.

ದಕ್ಷಿಣ ಆಫ್ರಿಕಾಕ್ಕೆ ಬಂದ ಒಂದು ವಾರದಲ್ಲಿ ಗಾಂಧೀಜಿ ಪ್ರಿಟೋರಿಯಾಕ್ಕೆ ಹೋಗಬೇಕಾಗಿ ಬಂತು. ಅವರ ಬಳಿ ಮೊದಲನೇ ದರ್ಜೆಯ ಟಿಕೇಟು ಇತ್ತು, ಅವರು ರೈಲಿನಲ್ಲಿ ತಮ್ಮ ಜಾಗದಲ್ಲಿ ಕುಳಿತರು. ರೈಲು ಹೊರಟಿತು.

ಪೀಟರ್ ಮಾರಿಟ್ಸ್‌ಬರ್ಗ್‌ನಲ್ಲಿ ರೈಲು ನಿಂತಾಗ ಪೋಲೀಸೊಬ್ಬ ಒಳಬಂದು ಗಾಂಧೀಜಿಯನ್ನು ಹೊರಗೆಳೆದು ಪ್ಲಾಟ್ ಫಾರ್ಮಿನಲ್ಲಿ ದೂಕಿದ. ಇದು ನಿನ್ನ ಜಾಗವಲ್ಲ, ಅವನು ಹೇಳಿದ. ನನ್ನ ಬಳಿ ಟಿಕೇಟ್ ಇದೆ, ಗಾಂಧೀಜಿ ಹೇಳಿದರು.

ಇದ್ದರೂ ಪ್ರಯೋಜನವಿಲ್ಲ, ಪೋಲೀಸ್ ಹೇಳಿದ.

ಕತ್ತಲೆಯಲ್ಲಿ ರಾತ್ರಿಯ ಆ ಚಳಿಯಲ್ಲಿ ಒಬ್ಬನೇ ಕೂತು ಕಾಯುತ್ತಿದ್ದಾಗ, ಗಾಂಧೀಜಿ ಡರ್ಬನ್ ಕೋರ್ಟಿನಲ್ಲಿನ ನ್ಯಾಯಾಧೀಶನ ಬಗ್ಗೆ ಯೋಚಿಸಿದರು. ದಕ್ಷಿಣ ಆಫ್ರಿಕಾದಲ್ಲಿ ಭಾರತೀಯರನ್ನು ಹೇಗೆ ನಡೆಸಿಕೊಳ್ಳುತ್ತಾರೆ ಎಂದೂ ಯೋಚಿಸಿದರು. ನನ್ನ ಚರ್ಮ ಬೆಳ್ಳಗಿಲ್ಲದಿದ್ದರೆ ಏನಂತೆ ಅದಕ್ಕಾಗಿ ಜನ ನನ್ನ ಕೀಳಾಗಿ ಯಾಕೆ ನೋಡಬೇಕು ಎಂದು ಯೋಚಿಸಿದರು.

ಆ ರಾತ್ರಿ ಕೋಣೆಯಲ್ಲಿ ಕೂತು ಕಾಯುತ್ತಾ ಅವರು ತಮಗೆ ತಾವೇ ಕೇಳಿಕೊಂಡರು: ನನಗೆ ಬೇಕಾಗಿರುವುದು ಇದೇ ಏನು? ಗೇಲಿ ಮಾಡಿಸಿಕೊಳ್ಳುವುದು? ಹೆದರಿಕೊಂಡಿರುವುದು? ನನ್ನ ಕರ್ತವ್ಯವೇನು?

ಆ ರಾತ್ರಿ ಅವರ ಕತ್ತಲೆಯ ಭಯ ಮಾಯವಾಯಿತು.

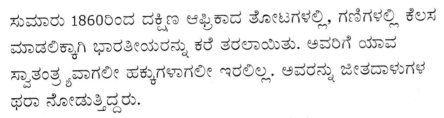

ಭಾರತೀಯರೇ ಮಾವಿನಹಣ್ಣನ್ನು
ದಕ್ಷಿಣ ಆಫ್ರಿಕಾಕ್ಕೆ
ಪರಿಚಯಿಸಿದರಂತೆ. ಈ ಜಾಗ
ತವರುಮನೆಯ ಹಾಗೆ!

ಸುಮಾರು 1860ರಿಂದ ದಕ್ಷಿಣ ಆಫ್ರಿಕಾದ ತೋಟಗಳಲ್ಲಿ, ಗಣಿಗಳಲ್ಲಿ ಕೆಲಸ ಮಾಡಲಿಕ್ಕಾಗಿ ಭಾರತೀಯರನ್ನು ಕರೆ ತರಲಾಯಿತು. ಅವರಿಗೆ ಯಾವ ಸ್ವಾತಂತ್ರ್ಯವಾಗಲೀ ಹಕ್ಕುಗಳಾಗಲೀ ಇರಲಿಲ್ಲ. ಅವರನ್ನು ಜೀತದಾಳುಗಳ ಥರಾ ನೋಡುತ್ತಿದ್ದರು.

ದಾದಾ ಅಬ್ದುಲ್ಲಾರ ಕೆಲಸ ಮುಗಿಸಿದ ಮೇಲೆ ಗಾಂಧಿ ದಕ್ಷಿಣ ಆಫ್ರಿಕಾದಲ್ಲೇ ಉಳಿದು ಅಲ್ಲಿನ ಭಾರತೀಯರಿಗೆ ಸಹಾಯ ಮಾಡಲು ನಿರ್ಧರಿಸಿದರು. ಗಾಂಧೀಜಿ ಅವರ ಕಷ್ಟಗಳ ಬಗ್ಗೆ ಮಾತನಾಡುವುದನ್ನು ಕೇಳಿ ಉಳಿದವರಿಗೂ ಸ್ವಲ್ಪ ಧೈರ್ಯ ಬಂದಿತು. ಅವರು ಗಾಂಧೀಜಿಗೆ ತಮ್ಮ ಹಕ್ಕುಗಳಿಗಾಗಿ ಹೋರಾಡಲು ನಾಟಾಲ್ ಇಂಡಿಯನ್ ಕಾಂಗ್ರೆಸ್‌ನ್ನು ಸ್ಥಾಪಿಸಲು ಸಹಾಯ ಮಾಡಿದರು.

ಜನರಿಗೆ ಬೇಕಾದಾಗ ಸಹಾಯ ಮಾಡಲು ಮತ್ತು ಸ್ವಲ್ಪ ಆದಾಯ ಗಳಿಸಲು, ಗಾಂಧೀಜಿ ಸ್ವಂತ ಆಫೀಸು ತೆರೆದರು, 1894 ರಲ್ಲಿ. ಇದು ಅವರ ತಂಡ ಮತ್ತು ಕೆಲವು ಸ್ನೇಹಿತರು, ತಮ್ಮ ಆಫೀಸಿನ ಎದುರು. ಈ ಹೊತ್ತಿಗೆ ಅವರು ಸಾಕಷ್ಟು ಪ್ರಸಿದ್ಧರಾಗಿದ್ದರು.

ಇದೇ ಸಮಯ ಭಾರತದಲ್ಲಿ ಕಸ್ತೂರ್ ಮತ್ತು ಪುಟ್ಟ ಹುಡುಗರಿಬ್ಬರೂ ಅವರಿಗಾಗಿ ಕಾಯುತ್ತಿದ್ದರು. ಕಸ್ತೂರ್ ಅವರನ್ನು ತುಂಬಾ ನೆನೆಸಿಕೊಳ್ಳುತ್ತಿದ್ದಳು. ಮಕ್ಕಳಿಗಂತೂ ಸರಿಯಾಗಿ ಅವರ ಪರಿಚಯವೇ ಇರಲಿಲ್ಲ. ಆದರೆ ಗಾಂಧೀಜಿ ಎಷ್ಟು ಕೆಲಸ ಮಾಡುತ್ತಿದ್ದರೆಂದರೆ, ಕಸ್ತೂರ್ ಮತ್ತು ಮಕ್ಕಳನ್ನು ತಮ್ಮ ಬಳಿ ಕರಕೊಂಡು ಬರುವ ಹೊತ್ತಿಗೆ 1896 ಆಗಿತ್ತು.

ಅಷ್ಟು ಹೊತ್ತಿಗೆ ಗಾಂಧೀಜಿ ದಕ್ಷಿಣ ಆಫ್ರಿಕಾದ ಹೆಸರುವಾಸಿ ನಾಯಕರಾಗಿದ್ದರು. ಭಾರತದಲ್ಲೂ ಜನ ಅವರ ಹೆಸರನ್ನು ಗುರುತಿಸಲು ಆರಂಭಿಸಿದ್ದರು.

ಭಾರತದಲ್ಲಿ 1885 ರಲ್ಲಿ ಶುರುವಾದ ಇಂಡಿಯನ್ ನ್ಯಾಷನಲ್ ಕಾಂಗ್ರೆಸ್ ಎಂಬ ಹೆಸರಿನ ರಾಜಕೀಯ ಸಂಘಟನೆಯಿತ್ತು. ಗೋಪಾಲಕೃಷ್ಣ ಗೋಖಲೆ, ಬಾಲ ಗಂಗಾಧರ ತಿಲಕ್, ಸುರೇಂದ್ರನಾಥ್ ಬ್ಯಾನರ್ಜಿ, ಬದ್ರುದ್ದೀನ್ ತಯ್ಯಬ್‌ಜಿ, ಫಿರೋಜ್ ಷಾ ಮೆಹೆತ, ಜಿ ಎ ನಟೇಶನ್ ಮತ್ತು ಇನ್ನು ಕೆಲವರು ಈ ಸಂಘದ ಸದಸ್ಯರು. ಇವರಲ್ಲಿ ಹಲವರು ಗಾಂಧೀಜಿಯನ್ನು ಭೇಟಿಯಾಗಿ ಅವರ ದಕ್ಷಿಣ ಆಫ್ರಿಕಾದ ಕತೆಗಳನ್ನು ಕೇಳುತ್ತಿದ್ದರು.

ತಮ್ಮ ಸಂಸಾರವನ್ನು ಕರಕೊಂಡು ಹೋಗಲು ಬಂದ ಸಮಯದಲ್ಲೇ ಗಾಂಧೀಜಿ ದಕ್ಷಿಣ ಆಫ್ರಿಕಾದಲ್ಲಿನ ಭಾರತೀಯರ ಪಾಡಿನ ಬಗ್ಗೆ ಲೇಖನ ಬರೆದು ಅದನ್ನು ಅಚ್ಚು ಹಾಕಿಸಿ ಹಂಚಿದರು. ಈ ಕಾಗದದ ಕವರು ಹಸಿರು ಬಣ್ಣದಲ್ಲಿದ್ದ ಕಾರಣ ಅದರ ಹೆಸರು ಗ್ರೀನ್ ಪ್ಯಾಂಫ್ಲೆಟ್ ಎಂದಾಯಿತು. ಪತ್ರಿಕಾ ವರದಿಗಾರರು ಗ್ರೀನ್ ಪ್ಯಾಂಫ್ಲೆಟ್‌ನ ಬಗ್ಗೆ ದಕ್ಷಿಣ ಆಫ್ರಿಕಾಕ್ಕೆ ವರದಿ ಒಪ್ಪಿಸಿದರು. ಬೇಸರದ ಸಂಗತಿಯೆಂದರೆ ಅವರು ವಿಷಯವನ್ನು ತಿರುಗಿಸಿ ಮುರುಗಿಸಿ ಗ್ರೀನ್ ಪ್ಯಾಂಫ್ಲೆಟ್‌ನಲ್ಲಿ ಇಲ್ಲದ ಮಾಹಿತಿಗಳನ್ನೂ ಬರೆದರು. ಇದರಿಂದಾಗಿ ದಕ್ಷಿಣ ಆಫ್ರಿಕಾದಲ್ಲಿ ಬಹಳ ಸುಳ್ಳು ವದಂತಿ ಹಬ್ಬಿತು.

ಡರ್ಬನ್‌ನಲ್ಲಿ ಎಸ್ ಎಸ್ ಕೋರ್ಲ್ಯಾಂಡ್ ಹಡಗು ಬಂದರು ತಲುಪಿದ್ದೇ ಸಿಟ್ಟಲ್ಲಿದ್ದ ಜನರ ಗುಂಪು ಕಾಯುತ್ತಿತ್ತು. ಕಸ್ತೂರ್ ಮತ್ತು ಮಕ್ಕಳು ಇಳಿಯುವ ತನಕ ಎಲ್ಲವೂ ಶಾಂತವಾಗಿತ್ತು. ಆದರೆ ಗಾಂಧೀಜಿ ಕಾಣಿಸಿಕೊಂಡಾಗ ಗುಂಪು ಕಿರುಚಿತು: "ಸುತ್ತುವರಿಯಿರಿ ಅವನನ್ನು! ಹೊಡೆಯಿರಿ!" ಅವರು ಗಾಂಧೀಜಿಯ ಮೇಲೆ ಮೀನು, ಕೊಳೆತ ಮೊಟ್ಟೆ ಎಸೆದರು ಮತ್ತು ಕೋಲಿನಿಂದ ಕಲ್ಲಿನಿಂದ ಹೊಡೆದರು. ಅದೇ ಸಮಯಕ್ಕೆ ಮುಖ್ಯ ಪೋಲೀಸ್ ಅಧಿಕಾರಿಯ ಹೆಂಡತಿ ಶ್ರೀಮತಿ ಆರ್ ಸಿ ಅಲೆಕ್ಸಾಂಡರ್, ಅಲ್ಲೇ ಪಕ್ಕದಲ್ಲಿ ನಡೆದು ಹೋಗುತ್ತಿದ್ದರು. ಆಕೆ ಗುಂಪಿನ ಮತ್ತು ಗಾಂಧೀಜಿಯ ಮಧ್ಯೆ ತನ್ನ ಕೊಡೆಯನ್ನು ತೆರೆದು ನಿಂತರು.

ಅನಂತರ ಪೋಲೀಸು ವಿಚಾರಣೆಗೆ ಬಂದಾಗ ಹೊಡೆಯಲು ಬಂದವರ ಬಗ್ಗೆ ಮಾತನಾಡಲು ಗಾಂಧೀಜಿ ನಿರಾಕರಿಸಿಬಿಟ್ಟರು.

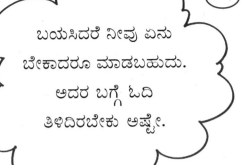

ಬಯಸಿದರೆ ನೀವು ಏನು
ಬೇಕಾದರೂ ಮಾಡಬಹುದು.
ಅದರ ಬಗ್ಗೆ ಓದಿ
ತಿಳಿದಿರಬೇಕು ಅಷ್ಟೇ.

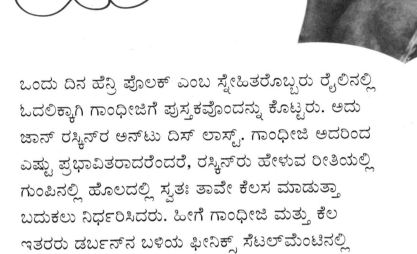

ಒಂದು ದಿನ ಹೆನ್ರಿ ಪೊಲಕ್ ಎಂಬ ಸ್ನೇಹಿತರೊಬ್ಬರು ರೈಲಿನಲ್ಲಿ ಓದಲಿಕ್ಕಾಗಿ ಗಾಂಧೀಜಿಗೆ ಪುಸ್ತಕವೊಂದನ್ನು ಕೊಟ್ಟರು. ಅದು ಜಾನ್ ರಸ್ಕಿನ್‌ರ ಅನ್‌ಟು ದಿಸ್ ಲಾಸ್ಟ್. ಗಾಂಧೀಜಿ ಅದರಿಂದ ಎಷ್ಟು ಪ್ರಭಾವಿತರಾದರೆಂದರೆ, ರಸ್ಕಿನ್‌ರು ಹೇಳುವ ರೀತಿಯಲ್ಲಿ ಗುಂಪಿನಲ್ಲಿ ಹೊಲದಲ್ಲಿ ಸ್ವತಃ ತಾವೇ ಕೆಲಸ ಮಾಡುತ್ತಾ ಬದುಕಲು ನಿರ್ಧರಿಸಿದರು. ಹೀಗೆ ಗಾಂಧೀಜಿ ಮತ್ತು ಕೆಲ ಇತರರು ಡರ್ಬನ್‌ನ ಬಳಿಯ ಫೀನಿಕ್ಸ್ ಸೆಟಲ್‌ಮೆಂಟಿನಲ್ಲಿ ಬದುಕಲು ಶುರು ಮಾಡಿದ್ದು.

ಇಲ್ಲಿ ಅವರೇ ಎಲ್ಲಾ ಒಗೆಯುವ ತೊಳೆಯುವ ಕೆಲಸವನ್ನು ಸ್ವತಃ ಮಾಡುತ್ತಿದ್ದರು. ಪಾಯಿಖಾನೆಯನ್ನು ಕೂಡ. ಊಟಕ್ಕಾಗಿ ಬೇಕಾದ ಬೆಳೆಯನ್ನೂ ಸ್ವತಃ ಬೆಳೆಸಿದರು. ಪತ್ರಿಕೆ ನಡೆಸಿದರು. ಸರಳವಾದ ಜೀವನ ನಡೆಸಲು ಕಲಿಸಿದರು. ಮಕ್ಕಳಿಗೆ ಗಾಂಧೀಜಿ ತಾವು ತಿಳಿದದ್ದೆಲ್ಲವನ್ನೂ ಕಲಿತಿದ್ದೆಲ್ಲವನ್ನೂ ಕಲಿಸಿದರು. ಕಸ್ತೂರ್‌ಬಾ ಎಲ್ಲರ ಅಮ್ಮನಂತಾದರು. ಎಲ್ಲರೂ ಅವರನ್ನು 'ಬಾ' ಎಂದು ಕರೆದರು.

ಈ ನಡುವೆ ರಾಮದಾಸ್ 1897ರಲ್ಲಿ ಹುಟ್ಟಿದ, ದೇವದಾಸ್ 1900ರಲ್ಲಿ. ಗಾಂಧೀಜಿ ಹೆರಿಗೆಯಲ್ಲಿ ಸಹಾಯ ಮಾಡುವುದರ ಬಗ್ಗೆಯೂ ಓದಿದ್ದರು. ದೇವದಾಸ ಹುಟ್ಟುವಾಗ ಕಸ್ತೂರ್‌ಗೆ ತಾವೇ ನಿಂತು ಹೆರಿಗೆ ಮಾಡಿಸಿದರು.

ಕೆಲವು ವರ್ಷಗಳ ನಂತರ ಗಾಂಧೀಜಿಯ ಜರ್ಮನ್ ಸ್ನೇಹಿತ ಹರ್ಮನ್ ಕಾಲೆನ್ ಬಾಕ್ ಜೊಹಾನಸ್ ಬರ್ಗ್ ಬಳಿ ಅವರಿಗೆ ಭೂಮಿಯ ತುಂಡನ್ನು ಕಾಣಿಕೆಯಾಗಿ ಕೊಟ್ಟರು. ಗಾಂಧೀಜಿ ಅಲ್ಲಿ ಇನ್ನೊಂದು ಸೆಟಲ್‌ಮೆಂಟ್ ಮಾಡಿ ಅದಕ್ಕೆ ತಮ್ಮ ರಷ್ಯನ್ ಬರಹಗಾರ ಗೆಳೆಯ ಲಿಯೋ ಟಾಲ್‌ಸ್ಟಾಯ್ ಹೆಸರಲ್ಲಿ ಟಾಲ್‌ಸ್ಟಾಯ್ ಫಾರ್ಮ್ ಎಂದು ಹೆಸರಿಟ್ಟರು. ಗಾಂಧೀಜಿ ಮತ್ತು ಟಾಲ್‌ಸ್ಟಾಯ್ ಇಬ್ಬರೂ ಒಬ್ಬರಿಗೊಬ್ಬರು ಗೌರವಿಸುತ್ತಿದ್ದರು ಮತ್ತು ಪತ್ರ ಬರೆಯುತ್ತಿದ್ದರು.

ಇದು ಗಾಂಧೀಜಿಯೊಡನೆ ಕಾಲೆನ್ ಬಾಕ್ ಮತ್ತು ಅವರ ಸೆಕ್ರೆಟರಿ ಸೋನಿಯಾ ಸ್ಲೆಶಿನ್ ಜೊತೆ ತೆಗೆದ ಫೋಟೋ. ಈ ಫೋಟೋದ ಹಿಂದೆ ಕತೆಯೊಂದಿದೆ. ಕಾಲೆನ್ ಬಾಕ್ ಗೆ ಈ ಫೋಟೋವೆಂದರೆ ಬಹಳ ಇಷ್ಟ. 1914, ಮೊದಲನೇ ಮಹಾಯುದ್ಧದ ಕಾಲದಲ್ಲಿ ಇದನ್ನು ಯಾರೂ ಕಸಿದುಕೊಳ್ಳಬಾರದೆಂದು ಅವರು ಅದನ್ನು ಮಡಚಿ ತಮ್ಮ ಕೋಟಿನ ಒಳಭಾಗಕ್ಕೆ ಹೊಲಿಸಿಕೊಂಡರು.

ಈ ಚಿತ್ರದಲ್ಲಿ ಕಾಣುವ ಗೆರೆಗಳು ಅವರು ಫೋಟೋವನ್ನು ಮಡಿಚಿಟ್ಟ ಜಾಗ!

TOLSTOY FARM

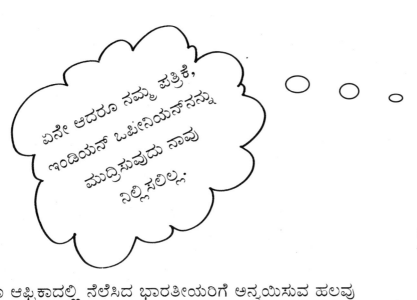

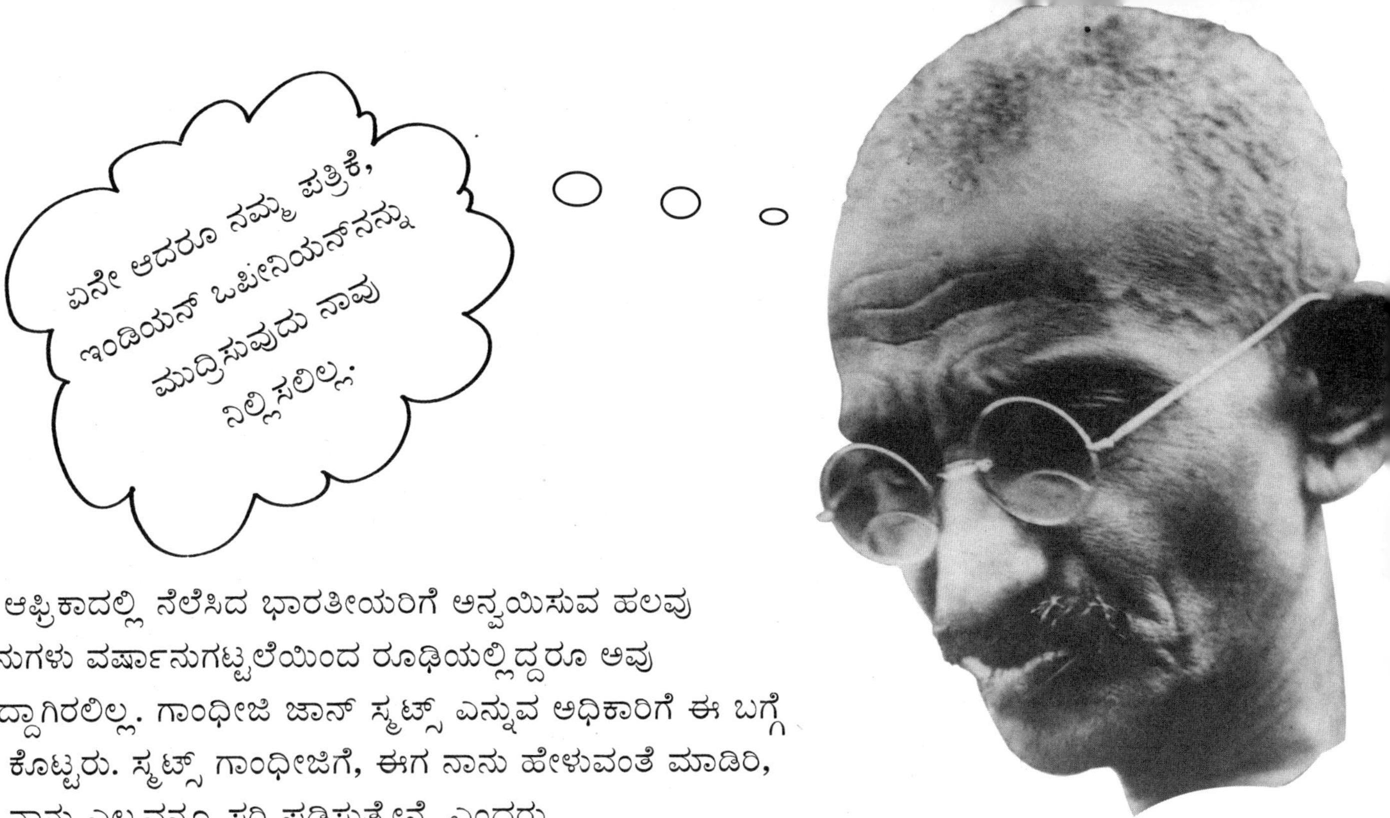

ಏನೇ ಆದರೂ ನಮ್ಮ ಪತ್ರಿಕೆ, ಇಂಡಿಯನ್ ಒಪೀನಿಯನ್ನನ್ನು ಮುದ್ರಿಸುವುದು ನಾವು ನಿಲ್ಲಿಸಲಿಲ್ಲ.

ದಕ್ಷಿಣ ಆಫ್ರಿಕಾದಲ್ಲಿ ನೆಲೆಸಿದ ಭಾರತೀಯರಿಗೆ ಅನ್ವಯಿಸುವ ಹಲವು ಕಾನೂನುಗಳು ವರ್ಷಾನುಗಟ್ಟಲೆಯಿಂದ ರೂಢಿಯಲ್ಲಿದ್ದರೂ ಅವು ನ್ಯಾಯದ್ದಾಗಿರಲಿಲ್ಲ. ಗಾಂಧೀಜಿ ಜಾನ್ ಸ್ಮಟ್ಸ್ ಎನ್ನುವ ಅಧಿಕಾರಿಗೆ ಈ ಬಗ್ಗೆ ದೂರು ಕೊಟ್ಟರು. ಸ್ಮಟ್ಸ್ ಗಾಂಧೀಜಿಗೆ, ಈಗ ನಾನು ಹೇಳುವಂತೆ ಮಾಡಿರಿ, ನಂತರ ನಾನು ಎಲ್ಲವನ್ನೂ ಸರಿ ಪಡಿಸುತ್ತೇನೆ, ಎಂದರು.

ಅವರಿಂದ ಅದು ಸಾಧ್ಯವಾಗಲಿಲ್ಲ, ಅನ್ಯಾಯದ ಕಾನೂನುಗಳು ಹಾಗೆಯೇ ಉಳಿದವು. ಉದಾಹರಣೆಗೆ: ಭಾರತೀಯರು ಅಧಿಕಾರಿಗಳಿಗೆ ಹೆಬ್ಬೆಟ್ಟಿನ ಸಹಿ ಕೊಡಬೇಕಾಗಿತ್ತು, ಕ್ರಿಶ್ಚನ್ ಮದುವೆಗಳು ಮಾತ್ರ ಕಾನೂನುಬದ್ಧವಾಗಿದ್ದವು. ಅಲ್ಲಿನ ಭಾರತೀಯರಿಗೆ ಹಲವು ತೊಂದರೆಗಳಿದ್ದವು. ಇದೆಲ್ಲವನ್ನೂ ನಿಲ್ಲಿಸಲು ಏನಾದರೂ ಮಾಡಬೇಕಾಗಿತ್ತು. ಏನಾದರೂ ಮಹತ್ವವಾದದ್ದು ನಡೆಯಬೇಕಾಗಿತ್ತು.

ಆ ದಿನಗಳಲ್ಲಿ ಭಾರತೀಯರಿಗೆ ಬೇಕಾದೆಡೆ ಓಡಾಡಲೂ ಸ್ವಾತಂತ್ರ್ಯವಿರಲಿಲ್ಲ. ಅವರು ನಾಟಾಲ್ ಮತ್ತು ಟ್ರಾನ್ಸ್‌ವಾಲ್ ಗಡಿಯನ್ನು ದಾಟುವಂತಿರಲಿಲ್ಲ. ಈಗ ಸಾವಿರಾರು ಮಂದಿ ಗಂಡಸರು, ಹೆಂಗಸರು ಜೊತೆಗೆ ಮಕ್ಕಳೂ ಗಡಿಯನ್ನು ದಾಟಿ ಕಾನೂನು ಮುರಿಯಲು ಶುರು ಮಾಡಿದರು. ಹಾಗೆ ಗಡಿ ದಾಟಲು ಅವರಿಗೆ ಅನುಮತಿಯಾಗಲೀ ಕೈಯಲ್ಲಿ ಹಕ್ಕಿನ ಪತ್ರಗಳಾಗಲೀ ಇರಲಿಲ್ಲ. ಅವರೆಲ್ಲರ ನಾಯಕ ಗಾಂಧೀಜಿ.

ಪೋಲೀಸರಿಗೆ ಅವರೆಲ್ಲರನ್ನು ಗಡಿ ದಾಟುವುದರಿಂದ ನಿಲ್ಲಿಸಲಾಗಲಿಲ್ಲ ಹಾಗಾಗಿ ಅವರು ಎಲ್ಲರನ್ನೂ ಬಂಧಿಸಿದರು. ಕಸ್ತೂರ್‌ಬಾರನ್ನೂ ಪೋಲೀಸರು ಬಂಧಿಸಿ ಮೂರು ತಿಂಗಳು ಜೈಲಿನಲ್ಲಿಟ್ಟರು. ಜೈಲುಗಳು ತುಂಬಿದವು. ಆದರೂ ಭಾರತೀಯರು ಗಡಿ ದಾಟಿ ಕಾನೂನು ಮುರಿದು ಬಂಧನಕ್ಕೊಳಗಾಗುವುದನ್ನು ಮುಂದುವರಿಸಿದರು.

ಕೊನೆಗೂ ದಕ್ಷಿಣ ಆಫ್ರಿಕಾದ ಬ್ರಿಟಿಷ್ ಸರಕಾರ ಸ್ವಲ್ಪ ಬಿಟ್ಟುಕೊಟ್ಟಿತು. ಸ್ವಲ್ಪವಾದರೂ ಅದು ಬಹು ದೊಡ್ಡ ಜಯವೇ ಸರಿ.

ಈಗ ಕೊನೆಗೂ ಗಾಂಧೀಜಿ ಭಾರತಕ್ಕೆ ಮರಳಲು ತಯಾರಾದರು.

ಸಾವಿರಾರು ಜನ ಡರ್ಬನ್‌ನಲ್ಲಿ, ಪ್ರಿಟೋರಿಯಾದಲ್ಲಿ, ಜೊಹಾನಸ್ ಬರ್ಗ್‌ನಲ್ಲಿ, ಕೇಪ್‌ಟೌನ್‌ನಲ್ಲಿ, ಅವರನ್ನು ಬೀಳ್ಕೊಡಲು ಬಂದರು. ಅವರೆಲ್ಲರೂ ಗಾಂಧೀಜಿಯನ್ನು ದೇಶಭಕ್ತ ಮಹಾತ್ಮನೆಂದು ಕರೆದರು.

ಆ ದಿನಗಳಲ್ಲಿ ಮೈಕ್‌ಗಳಿರಲಿಲ್ಲ. ಗಾಂಧೀಜಿಗೆ ಗಟ್ಟಿಯಾದ ದನಿಯಿರಲಿಲ್ಲ. ಆದರೂ ಗಾಂಧೀಜಿ ಮಾತನಾಡಿದಾಗ ಜನರೆಲ್ಲರೂ ಕೇಳಿಸಿಕೊಂಡರು. ಕೇಳಿಸಿಕೊಳ್ಳಲಾಗದ ಸಮಯದಲ್ಲೂ ಅರ್ಥಮಾಡಿಕೊಂಡರು.

ಗಾಂಧೀಜಿ, ಕಸ್ತೂರ್‌ಬಾ ಮತ್ತು ಮಕ್ಕಳು ಸಮುದ್ರಗಳನ್ನು ದಾಟಿ ಪ್ರಯಾಣಿಸುತ್ತಿದ್ದ ಸಮಯದಲ್ಲಿ ಮೊದಲನೇ ಮಹಾಯುದ್ಧ ನಡೆಯುತ್ತಿತ್ತು. ಹಡಗು ಹತ್ತುತ್ತಿದ್ದಂತೆಯೇ ಗಾಂಧೀಜಿ ಬಾಂಗ್ಲಾ ಭಾಷೆಯನ್ನು ಕಲಿಯಲು ಶುರುಮಾಡಿದರು. ಅವರು ತಮ್ಮ ಹಳೆಯ ಹಡಗು ಯಾತ್ರೆಗಳಲ್ಲಿ ಸುಮಾರಷ್ಟು ತಮಿಳು ಮತ್ತು ಉರ್ದು ಭಾಷೆ ಕಲಿತಿದ್ದರು.

ದಕ್ಷಿಣ ಆಫ್ರಿಕಾದಲ್ಲಿ ಸುಮಾರು 20 ವರ್ಷಗಳು ಕಳೆದಾದ ಮೇಲೆ ಗಾಂಧೀ ಸಂಸಾರ ಜನವರಿ 9, 1915 ರಂದು ವಾಪಾಸು ಮನೆಗೆ ಬಂತು. ಆ ಹೊತ್ತಿಗೆ ಬಹಳಷ್ಟು ಬದಲಾವಣೆಗಳಾಗಿದ್ದವು. 1600ರಲ್ಲಿ ಈಸ್ಟ್ ಇಂಡಿಯಾ ಕಂಪೆನಿಯ ಹೆಸರಲ್ಲಿ ಬಂದ ಬ್ರಿಟಿಷರು ಭಾರತದಲ್ಲೇ ಉಳಿದುಬಿಟ್ಟಿದ್ದರು. ಅವರಿನ್ನೂ ಭಾರತವನ್ನು ಆಳುತ್ತಿದ್ದರು.

ಗಾಂಧೀಜಿ ಬಹಳಷ್ಟು ಕಾಲ ಹೊರಗುಳಿದುಬಿಟ್ಟಿದ್ದರು. ಅವರು ಮುಂದೇನು ಮಾಡುವುದೆಂದು ಗೋಪಾಲ ಕೃಷ್ಣ ಗೋಖಲೆಯನ್ನು ಕೇಳಿದರು. ನಿಜವಾದ ಭಾರತವನ್ನು ಹುಡುಕಿರಿ, ಎಂದು ಗೋಖಲೆ ಸೂಚಿಸಿದರು. ಗಾಂಧೀಜಿ ಮತ್ತು ಕಸ್ತೂರ್ಬಾ ತಮ್ಮ ಪ್ರಿಯ ಇಂಗ್ಲಿಷ್ ಸ್ನೇಹಿತ ಸಿ ಎಫ್ ಆಂಡ್ರೂಸ್ ಜೊತೆ ಭಾರತದ ಸುತ್ತ ಪ್ರಯಾಣಿಸಿದರು. ರೈಲಿನಲ್ಲಿ ಜನರು ತುಂಬಿದ ಮೂರನೇ ದರ್ಜೆಯಲ್ಲಿ ಪ್ರಯಾಣ ಮಾಡಿದರು. ಸಾಮಾನ್ಯ ಜನ ಹೇಗೆ ಬದುಕುತ್ತಾರೆ ಎಂದು ನೋಡಿದರು.

ಮುಂದಿನ 30 ವರ್ಷಗಳಲ್ಲಿ ಬ್ರಿಟಿಷರು ತಮ್ಮ ಉಪಯೋಗಕ್ಕಾಗಿ ಕಟ್ಟಿದ ರೈಲನ್ನು ಗಾಂಧೀಜಿ ಚೆನ್ನಾಗಿ ಬಳಸಿದರು. ಅವರು ದೂರದೂರದ ಊರುಗಳಿಗೆ ಹಳ್ಳಿಗಳಿಗೆ ಸಂಚರಿಸಿ ಅಲ್ಲಿ ಜನರ ಬಳಿ ಅವರ ಭಿನ್ನತೆಯನ್ನು ಮರೆತು ಸ್ವಾಭಿಮಾನಿಗಳಾಗಿದ್ದು ಸ್ವಾತಂತ್ರ್ಯ ಸಂಗ್ರಾಮದಲ್ಲಿ ಪಾಲುಗೊಳ್ಳುವಂತೆ ಕೇಳಿಕೊಂಡರು. ಅವರು ಬಹಳ ಪ್ರೀತಿಯಿಂದ ಜನರ ಜೊತೆ ಮಾತನಾಡುತ್ತಿದ್ದರು ಮತ್ತು ಉಳಿದವರಂತೆ ಸಾಮಾನ್ಯರಾಗಿ ಕಾಣುತ್ತಿದ್ದರು. ಗಾಂಧೀಜಿ ಬರುತ್ತಿದ್ದಾರೆಂದು ತಿಳಿದ ತಕ್ಷಣ ಜನ ಸಾವಿರಾರು ಜನರ ಗುಂಪಿನಲ್ಲಿ ಅವರನ್ನು ನೋಡಲಿಕ್ಕಾಗಿ ಅಥವಾ ತಮ್ಮ ಮಕ್ಕಳನ್ನು ಅವರೆದುರು ಹಿಡಿಯಲಿಕ್ಕಾಗಿ ಸೇರುತ್ತಿದ್ದರು. ಅವರು ಮಲಗಿದ್ದರೂ ಜನ ಅವರನ್ನು ಎಬ್ಬಿಸುತ್ತಿದ್ದರು. ಅವರಿಗೂ ಅದರ ಬಗ್ಗೆ ಪರಿವೆಯಿರುತ್ತಿರಲಿಲ್ಲ.

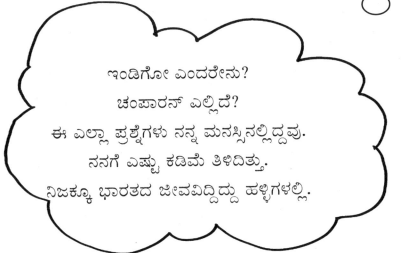

ಇಂಡಿಗೋ ಎಂದರೇನು?
ಚಂಪಾರನ್ ಎಲ್ಲಿದೆ?
ಈ ಎಲ್ಲಾ ಪ್ರಶ್ನೆಗಳು ನನ್ನ ಮನಸ್ಸಿನಲ್ಲಿದ್ದವು.
ನನಗೆ ಎಷ್ಟು ಕಡಿಮೆ ತಿಳಿದಿತ್ತು.
ನಿಜಕ್ಕೂ ಭಾರತದ ಜೀವವಿದ್ದಿದ್ದು ಹಳ್ಳಿಗಳಲ್ಲಿ.

ಕೆಲವು ಬಡಪಾಯಿ ಇಂಡಿಗೋ ರೈತರು ಗಾಂಧೀಜಿಯ ಸಹಾಯ ಕೇಳಿ ಬಂದಾಗ ಗಾಂಧೀಜಿ ಅವರ ತೊಂದರೆಗಳೇನು ಎಂದು ನೋಡಲು ಸ್ವತಃ ಬಿಹಾರದ ಚಂಪಾರನ್ ಗೆ ಹೋದರು. ಗುಜರಾತಿನ ಅಹಮದಾಬಾದಿನ ಮಿಲ್ಲಿನ ಕೆಲಸದವರು ಅವರ ಸಹಾಯ ಕೇಳಿದಾಗ ಗಾಂಧೀಜಿ ಅವರ ಮುಷ್ಕರವನ್ನು ಮುಂದುವರಿಸಲು ತಾವೇ ಉಪವಾಸಕ್ಕೆ ಕೂತರು. ಪೂರ್ವದಿಂದ ಪಶ್ಚಿಮದವರೆಗೆ ಎಲ್ಲೆಡೆಯಿಂದ ಜನರು ತಮ್ಮ ತೊಂದರೆಗಳ ಜೊತೆ ಕತೆಗಳ ಜೊತೆ ಗಾಂಧೀಜಿಯ ಬಳಿ ಬಂದರು.

ಗಾಂಧೀಜಿ ಛಲದಿಂದ ಬಹಳ ಕಾಳಜಿಯಿಂದ ಬೇಕಾದ ಮಾಹಿತಿಯನ್ನೆಲ್ಲಾ ಒಟ್ಟು ಹಾಕಿದರು. ನಂತರ ಎಲ್ಲಾ ನಿಜಸಂಗತಿಗಳನ್ನೂ ಗಮನವಿಟ್ಟು ನೋಡಿದ ಮೇಲೆ ಮುಂದೆ ಅವರೇನು ಮಾಡಬೇಕೆಂದು ಹೇಳುತ್ತಿದ್ದರು.

1921 ಸೆಪ್ಟೆಂಬರ್ ಒಂದು ದಿನ ಅವರು ಮಧುರೈಯಲ್ಲಿದ್ದಾಗ ಕೊನೆಗೂ ತಮ್ಮ ಕುರ್ತಾವನ್ನೂ ಟೋಪಿಯನ್ನೂ ಕಿತ್ತೆಸೆದರು. ಆ ದಿನದಿಂದ ಅವರು ಸಾಮಾನ್ಯ ರೈತನಂತೆ ಬರಿಯ ಧೋತಿಯನ್ನು ಮಾತ್ರ ಧರಿಸಿದರು. ಆ ದಿನದಿಂದ ಅವರ ಮೇಲೆ ನಂಬಿಕೆಯಿಡಬಹುದೆಂದು ಜನ ತಿಳಿದರು. ಗಾಂಧೀಜಿ ನೋಡಲು ಅವರಂತೆಯೇ ಇದ್ದುದಲ್ಲದೇ ಅವರಂತೆಯೇ ಬದುಕುತ್ತಿದ್ದರು, ಅವರನ್ನು ಅರ್ಥ ಮಾಡಿಕೊಂಡಿದ್ದರು ಮತ್ತು ಅವರ ಬೆಂಬಲಕ್ಕಿದ್ದರು.

ಇಂಡಿಯನ್ ನ್ಯಾಷನಲ್ ಕಾಂಗ್ರೆಸ್‌ನ ನಾಯಕರೂ ಗಾಂಧೀಜಿಯ ಬೆಂಬಲ ಕೇಳಲು ಪ್ರಾರಂಭಿಸಿದರು. ಅವರು ಗಾಂಧೀಜಿಯ ಸಲಹೆಗಾಗಿ ಮತ್ತು ಸ್ವಾತಂತ್ರ್ಯ ಪಡೆಯಲು ಅವರು ತೋರಿಸುವ ದಾರಿಗಾಗಿ ಕಾಯುತ್ತಿದ್ದರು.

ನಿಧಾನವಾಗಿ ಆದರೆ ಕಠಿಣವಾಗಿ ಗಾಂಧೀಜಿ, ಮೊದಲಿಗೆ ಅಹಮದಾಬಾದಿನ ಸಾಬರ್ಮತಿ ಆಶ್ರಮದಿಂದ ಮತ್ತು ನಂತರ ವರ್ಧಾದ ಸತ್ಯಾಗ್ರಹ ಆಶ್ರಮದಿಂದ, ಅವರಿಗೆ ಸರಳವಾದ ಬದುಕು ಹೇಗೆ ಬದುಕುವುದೆಂದು ತೋರಿಸಿಕೊಟ್ಟರು. ಅವರು ದಿನವೂ ಚರಕದಿಂದ ನೂಲು ನೇಯುತ್ತಿದ್ದರು ಮತ್ತು ಸಂಜೆಯ ಹೊತ್ತಲ್ಲಿ ಗುಂಪಿನಲ್ಲಿ ಪ್ರಾರ್ಥನೆ ನಡೆಸುತ್ತಿದ್ದರು. ಜೊತೆಗೇ ಹಲವು ಲೇಖನಗಳನ್ನು ಬರೆಯುತ್ತಿದ್ದರು. ಪ್ರತೀ ಪತ್ರಕ್ಕೂ ತಪ್ಪದೇ ಉತ್ತರ ಕೊಡುತ್ತಿದ್ದರು. ಅವರು ತಮ್ಮ ಬಗ್ಗೆಯೂ ಮತ್ತು ಇತರರ ಬಗ್ಗೆಯೂ ಬಹಳ ಕಟ್ಟುನಿಟ್ಟಾಗಿರುತ್ತಿದ್ದರು. ಭಾರತೀಯರ ಪರವಾಗಿ ಜಗತ್ತಿನ ಪ್ರಸಿದ್ಧ ನಾಯಕರ ಜೊತೆ ಮಾತುಕತೆ ನಡೆಸಿದರು.

ಕೆಲವೊಮ್ಮೆ ಅವರೇನು ಹೇಳುತ್ತಿದ್ದಾರೆ, ಯಾಕೆ ಈ ರೀತಿ ಹೇಳುತ್ತಿದ್ದಾರೆ ಎಂದು ಜನಕ್ಕೆ ಅರ್ಥವಾಗುತ್ತಿರಲಿಲ್ಲ. ಕೆಲವೊಮ್ಮೆ ಅವರೂ ತಪ್ಪು ಮಾಡಿದರು. ಆದರೆ ಸತ್ಯವೇ ದೇವರೆಂದು ಅವರು ಯಾವತ್ತೂ ನಂಬಿದ್ದರು ಮತ್ತು ಸತತವೂ ಅವರು ಸತ್ಯಕ್ಕಾಗಿ ಹುಡುಕಾಡಿದರು, ಸತ್ಯವನ್ನೇ ನುಡಿದರು.

ಗಾಂಧೀಜಿಗೆ ಮಕ್ಕಳೊಂದಿಗೆ ವಿಶೇಷವಾದ ಸಂಬಂಧವಿತ್ತು. ಆಶ್ರಮದಲ್ಲಿ ಅಮ್ಮಂದಿರು ಕೆಲಸದಲ್ಲಿರುವಾಗ ಗಾಂಧೀಜಿ ಕುಶಿಯಾಗಿ ಎಲ್ಲಾ ಮಕ್ಕಳನ್ನೂ ನೋಡಿಕೊಳ್ಳುತ್ತಿದ್ದರು.

ಒಂದು ರೀತಿಯಲ್ಲಿ ಅವರು ಉಳಿದವರನ್ನು ನೋಡಿಕೊಳ್ಳುವುದರಲ್ಲಿ ಎಷ್ಟು ತಲ್ಲೀನರಾಗಿದ್ದರೆಂದರೆ ಅವರ ಸ್ವಂತ ಮಕ್ಕಳಿಗಾಗಿ ಅವರ ಬಳಿ ಸಮಯವಿರಲಿಲ್ಲವೇನೋ ಎಂದನ್ನಿಸುತ್ತಿತ್ತು. ಆದರೆ ಅವರನ್ನು ಅಷ್ಟು ಹೊತ್ತಿಗೆ ಬಾಪು ಎಂದು ಕರೆಯುತ್ತಿದ್ದರು. ಎಲ್ಲಾ ಭಾರತೀಯರ ತಂದೆ, ಎಲ್ಲರಿಗೂ ಸೇರಿದವರು.

ದಕ್ಷಿಣ ಭಾರತದ ಮತ್ತು ಭಾರತದ ಆಶ್ರಮದ ಮಕ್ಕಳೆಲ್ಲರೂ ಮುಂದೆ ಬಂದಂತೆ ಅವರ ಸ್ವಂತ ಮಕ್ಕಳೂ ಅವರಿಗೆಷ್ಟು ಸಾಧ್ಯವೋ ಅಷ್ಟು ಸಹಾಯ ಮಾಡಿದರು, ಜೈಲಿಗೂ ಹೋದರು.

ಭಾರತದ ಸ್ವಾತಂತ್ರ್ಯ ಸಂಗ್ರಾಮ ಶಾಂತಿಯುತವಾಗಿದ್ದರೂ ಹಲವು ಬಾರಿ ಸಾವಿರಾರು ಜನ ಜೈಲಿಗೆ ಹೋದರು. ಯುವಕ ಯುವತಿಯರು ಜೈಲಿಗೆ ಹೋಗುವಂತೆ ಪ್ರೋತ್ಸಾಹಿಸುತ್ತಿದ್ದಾರೆ ಎಂದು ಕಸ್ತೂರ್‌ಬಾಗೆ ಬಾಪುವಿನ ಮೇಲೆ ಮುನಿಸಿತ್ತು! ಸತ್ಯ ಏನೆಂದರೆ ಬಾಪುವಿಗಾಗಿ ಏನು ಬೇಕಾದರೂ ಮಾಡಲು ಬಹಳಷ್ಟು ಜನ ತಯಾರಿದ್ದರು. ಉದಾಹರಣೆಗೆ ಮಹಾದೇವ್ ದೇಸಾಯಿ. ಅವರು 1942ರಲ್ಲಿ ತೀರಿ ಹೋಗುವುವರೆಗೆ ಹಲವಾರು ವರ್ಷ ಗಾಂಧೀಜಿಯ ಸೆಕ್ರಟರಿಯಾಗಿದ್ದರು. ಅವರು ಮತ್ತವರ ಸಂಸಾರ ಬಾಪು ಮತ್ತು ಕಸ್ತೂರ್‌ಬಾರ ಜೊತೆ ಆಶ್ರಮದಲ್ಲೇ ಬದುಕುತ್ತಿದ್ದರು. ಅವರೂ ಸಾಮಾನ್ಯ ಜೀವನ ನಡೆಸುತ್ತಾ ಕೆಲಸ ಮಾಡುತ್ತಾ ಬದುಕುತ್ತಿದರು. ಮಹಾದೇವ್ ಭಾಯಿ ಗಾಂಧೀಜಿಯಂತೆ ಬಟ್ಟೆ ಧರಿಸುತ್ತಿರಲಿಲ್ಲ ಅಷ್ಟೆ!

ಗುಂಪಿನಲ್ಲಿದ್ದ ಇನ್ನೊಬ್ಬರೆಂದರೆ ಎತ್ತರದ ಧೈರ್ಯವಂತ ಖಾನ್ ಅಬ್ದುಲ್ ಘಫಾರ್ ಖಾನ್. ಅವರು ನಾರ್ತ್ ವೆಸ್ಟ್ ಗಡಿನಾಡಿನಲ್ಲಿ ಜನರ ಜೊತೆ ಕೆಲಸ ಮಾಡಿದರು. ಹಾಗಾಗಿ ಅವರನ್ನು ಜನ ಗಡಿನಾಡ ಗಾಂಧಿ ಎಂದು ಕರೆದರು.

ಹಲವು ಹೆಂಗಸರು–ಗಂಡಸರು ದೇಶಕ್ಕಾಗಿ ಕೆಲಸ ಮಾಡಲು ಎಲ್ಲವನ್ನೂ ಬಿಟ್ಟುಕೊಟ್ಟರು. ಬಾಪು ಕರೆದರು. ಜನ ಬಂದರು.

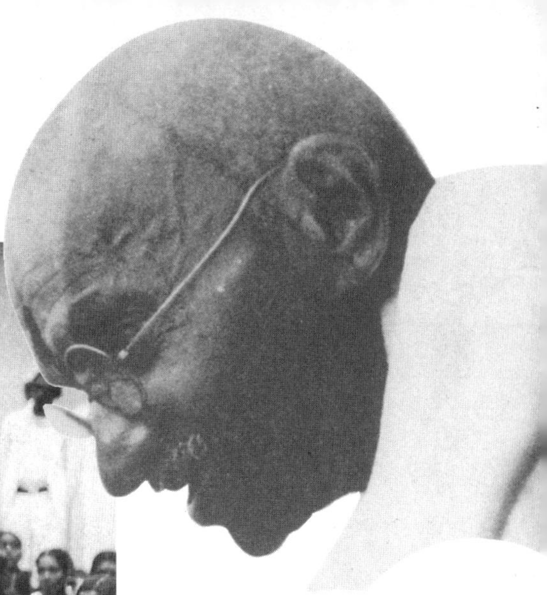

ಮಕ್ಕಳೂ ಕೂಡ ತಮ್ಮ ಕೈಲಾದ ಕೆಲಸವನ್ನು ಮಾಡಿದರು. ಅವರು ತಮ್ಮ ಕೋತಿ ಸೈನ್ಯಗಳನ್ನು ಕಟ್ಟಿ ಪೇಟೆಗಳಲ್ಲಿ ಎಲ್ಲಾ ಮಾಹಿತಿಗಳನ್ನು ಹಂಚಿ ದುಡ್ಡು ಒಟ್ಟುಗೂಡಿಸಿ ತಕಲಿಯಲ್ಲಿ ನೂಲು ನೇಯುತ್ತಿದ್ದರು.

ಕೆಲವರು ತ್ಯಾಗಕ್ಕೂ ತಯಾರಿದ್ದರು. ಎಂ ಎನ್ ಜೋಯಿಸರಂತೆ. ಒಮ್ಮೆ ಜೋಯಿಸ ಶಾಲೆಯಿಂದ ವಾಪಾಸು ಬರುತ್ತಿದ್ದಾಗ ಮುಖ್ಯ ರಸ್ತೆಯಲ್ಲಿ ಜನ ಬೆಂಕಿ ಹಚ್ಚಿ ಏನೋ ಸುಡುತ್ತಿದ್ದರು. ಏನಾಗುತ್ತಿದೆ? ಅವನು ಕೇಳಿದ. ಪರದೇಶದ ಬಟ್ಟೆಗಳನ್ನು ಸುಡುತ್ತಿದ್ದೇವೆ, ಯಾರೋ ಉತ್ತರಿಸಿದರು.

ಆ ದಿನಗಳಲ್ಲಿ ಬಹಳಷ್ಟು ಜನ ಇಂಗ್ಲೆಂಡಿನಲ್ಲಿ ತಯಾರಾಗುತ್ತಿದ್ದ ಬಟ್ಟೆ ತೊಡುತ್ತಿದ್ದರು. ಗಾಂಧಿ ಭಾರತೀಯರಿಗೆ ಭಾರತೀಯ ಬಟ್ಟೆ – ಖಾದಿಯನ್ನು ತೊಡಲು ಪ್ರೋತ್ಸಾಹಿಸುತ್ತಿದ್ದರು.

ಒಡನೆಯೇ ಜೋಯಿಸ ತನ್ನ ಶರ್ಟು ಉದ್ದನೇ ಚಡ್ಡಿ ಬನಿಯನ್ನು ಬೆಂಕಿಯೆಡೆಗೆ ಕಿತ್ತೆಸೆದ! ಮನೆಗೆ ಹೀಗೆ ಬಟ್ಟೆಯಿಲ್ಲದೆ ಬಂದುದನ್ನು ಕಂಡು ಅವನ ಅಮ್ಮನಿಗೆ ಖಂಡಿತಾ ಖುಶಿಯಾಗಲಿಲ್ಲ. ಆದರೆ ಅವನೋ ತನ್ನ ಕೆಲಸಕ್ಕಾಗಿ ಬಹಳ ಹೆಮ್ಮೆ ಪಟ್ಟ!

ಎಲ್ಲರಿಂದ ಹೆಚ್ಚು ಬಾಪುವಿಗೆ ಕಸ್ತೂರ್‌ಬಾರ, ಸ್ನೇಹಿತರ ಮತ್ತು ಮನೆಯವರ ಬೆಂಬಲವಿತ್ತು. ಅವರೊಂದಿಗೆ ಸೇರಿ ದಕ್ಷಿಣ ಆಫ್ರಿಕಾದಲ್ಲಿ ಮತ್ತು ಭಾರತದಲ್ಲಿ ಯಾರನ್ನೂ ಕೊಲ್ಲದೇ ಅಥವಾ ನೋವೂ ಮಾಡದೇ ಅನ್ಯಾಯದ ವಿರುದ್ಧ ತಲೆಯೆತ್ತಿ ನಿಲ್ಲುವುದು ಹೇಗೆ ಎಂದು ಗಾಂಧೀಜಿ ಜನಕ್ಕೆ ತೋರಿಸಿದರು. ಯಾವ ಕೆಲಸ ಸರಿಯೋ ಅದಕ್ಕಾಗಿ ಜೈಲಿಗೂ ಹೋಗಲು ತಯಾರಿರುವುದು ಹೇಗೆ ಎಂದೂ ತೋರಿಸಿಕೊಟ್ಟರು. ಪ್ರತಿ ಬಾರಿ ಯಾರೋ ತಪ್ಪು ಮಾಡಿದಾಗ ಗಾಂಧೀಜಿ ಉಪವಾಸ ಕೂತು ತಮಗೆ ತಾವೇ ಶಿಕ್ಷೆ ಕೊಟ್ಟುಕೊಳ್ಳುತ್ತಿದ್ದರು.

ಬಾಪು ಕಷ್ಟಕ್ಕೊಳಗಾಗುವುದನ್ನು ನೋಡಿದಾಗ ಜನ ಬದಲಾದರು, ಹಿಂದೂಗಳು ಮುಸ್ಲಿಮರು ಜೊತೆ ಸೇರಲು ಪ್ರಯತ್ನಿಸಿದರು, ಬ್ರಿಟಿಷ್ ಸರಕಾರ ಮೆಲ್ಲಗೇ ಸೋಲು ಒಪ್ಪಿಕೊಂಡಿತು. ಒಮ್ಮೆ ಅವರ ಹಳೇ ವೈರಿ ಜಾನ್ ಸ್ಮಟ್ಸ್ ಕೂಡ ಅವರಿಗೆ ತಮ್ಮ ಉಪವಾಸ ನಿಲ್ಲಿಸುವಂತೆ ಬೇಡಿ ಟೆಲಿಗ್ರಾಂ ಕಳಿಸಿದರು!

1930ರಲ್ಲಿ ಬ್ರಿಟಿಷ್ ಸರಕಾರ ಅನ್ಯಾಯದಿಂದ ಬಡಜನರ ವಿರುದ್ಧ ಅವರು ಉಪ್ಪಿಗೆ ತೆರಿಗೆ ಕಟ್ಟಬೇಕೆಂದು ದಾಳಿ ಮಾಡಿತು. ಬಡಜನ ತಮ್ಮ ಊಟದಲ್ಲಿ ರುಚಿಗಾಗಿ ಉಪ್ಪು ಮಾತ್ರ ಸೇರಿಸಬಹುದಿತ್ತು, ಇದನ್ನೂ ಬ್ರಿಟಿಷರು ನಿಲ್ಲಿಸಲು ಹೊರಟಿದ್ದರು.

ಇದು ತಪ್ಪು, ಗಾಂಧೀಜಿ ಅಂದರು. ಅವರು ಬಹಳ ಹೊತ್ತು ಯೋಚಿಸಿ ಸರಳವಾದ ಆದರೆ ಅದ್ಭುತವಾದ ಉಪಾಯ ಕಂಡು ಹುಡುಕಿದರು. ಅವರು ಅಹಮದಾಬಾದಿನ ದಾಂಡಿ ಎಂಬ ಸಣ್ಣ ಹಳ್ಳಿಯ ತನಕ ಅರೇಬಿಯನ್ ಸಮುದ್ರತೀರದಲ್ಲಿ ಸುಮಾರು 385 ಕಿ.ಮೀ ದೂರ ನಡೆದು ಹೋದರು.

ದಾಂಡಿಯಲ್ಲಿ ಗಾಂಧೀಜಿ ಮುಷ್ಟಿ ತುಂಬಾ ಉಪ್ಪು ತೆಗೆದು ಅಲ್ಲಿ ನೆರೆದ ಜನಕ್ಕೆ ತೋರಿಸಿದರು.

ದಾಂಡಿಯಲ್ಲಿ ಕ್ಯಾಮರಾಗಳು ಬೆಳಗಿದವು. ಜನ ಹುರುಪಿನಿಂದ ಕೂಗಿದರು.

ನಂತರ ಭಾರತದ ಉದ್ದನೆಯ ಸಮುದ್ರ ತೀರಗಳಲ್ಲಿ ಜನ ಉಪ್ಪು ಶೇಖರಿಸಿ ಮಾರಲು ಶುರುಮಾಡಿದರು. ಅವರು ಉಪ್ಪಿನ ಮೇಲಿನ ಕಾನೂನನ್ನು ಮುರಿಯುತ್ತಿದ್ದರು. ಪೋಲೀಸರು ಬಂದು ನಿಲ್ಲಿಸಿದಾಗಲೂ ಯಾರೂ ತಿರುಗಿ ಹೊಡೆದಾಡಲಿಲ್ಲ. ಪತ್ರಿಕೆಗಳು ರೇಡಿಯೋಗಳು ಸುದ್ದಿಯನ್ನು ಪ್ರಪಂಚದ ಸುತ್ತಲೂ ಹರಡಿದರು. ಗಾಂಧೀಜಿ ಹೀರೋ ಆಗಿಬಿಟ್ಟರು. ಇಂಗ್ಲೆಂಡಿನಲ್ಲೂ ಮಿಲ್ಲಿನ ಕೆಲಸಗಾರರು ಸಾಮಾನ್ಯರು ಅವರ ಪರವಾಗಿದ್ದರು ಮತ್ತು ಅವರನ್ನು ಕಂಡಾಗ ಕೈ ಕುಲಕಲು ಬಯಸುತ್ತಿದ್ದರು.

1939 ರಿಂದ 1945 ರ ವರೆಗೆ ಜಗತ್ತು ಎರಡನೇ ಮಹಾಯುದ್ಧದಿಂದಾಗಿ ಬಹಳ ಸಂಕಟದಲ್ಲಿತ್ತು. ಇಂಗ್ಲೆಂಡ್ ಯುದ್ಧದ ಕೇಂದ್ರ ಬಿಂದು. ಆದರೂ ಸ್ವಾತ್ರಂತ್ಯ ಸಂಗ್ರಾಮ ಸದ್ದಿಲ್ಲದೇ ಮುಂದುವರಿಯಿತು. ದಿನವೂ ಗಾಂಧೀಜಿ ತಮ್ಮ ಚರಕದಲ್ಲಿ ನೂಲು ನೇಯುತ್ತಾ ಕೂತಿರುತ್ತಿದ್ದರು. ಇದು ಒಳ್ಳೆಯ ನಡತೆಗಾಗಿ, ಸಲಹೆಗಾಗಿ ಅವರು ಪ್ರಾರ್ಥಿಸುವ ರೀತಿಯಾಗಿತ್ತು. ಬ್ರಿಟಿಷ್ ಆಳಿಕೆಯಿಂದ ಹೊರಬರಲು ಶಾಂತಿಯ ದಾರಿಗಳೇನು ಎಂದು ಯೋಚಿಸಲೂ ಇದು ಅವರಿಗೆ ಸಹಾಯ ಮಾಡುತ್ತಿತ್ತು.

ಬೇಸರದ ಸಂಗತಿಯೆಂದರೆ ಗಾಂಧೀಜಿ ಮತ್ತು ಕಸ್ತೂರ್‌ಬಾ ಪುಣೆಯ ಅಗಾ ಖಾನ್ ಅರಮನೆಯಲ್ಲಿ ಬಂದಿಗಳಾಗಿದ್ದಾಗ 1944ರಲ್ಲಿ ಕಸ್ತೂರ್‌ಬಾ ತೀರಿಹೋದರು. ಸುತ್ತಲೂ ಅವರನ್ನು ಪ್ರೀತಿಸುವ ಸಹಸ್ರಾರು ಮಂದಿ ಇದ್ದರೂ ಗಾಂಧೀಜಿ ಬಹಳ ಏಕಾಂಗಿಯಾಗಿಬಿಟ್ಟರು. ಅವರು ತಮ್ಮ 13ನೇ ವಯಸ್ಸಿನಲ್ಲಿ ಜೊತೆ ಜೊತೆಗೇ ಜೀವನ ಶುರುಮಾಡಿದ್ದರು. ಈಗವರಿಗೆ ಸುಮಾರು 75 ವಯಸ್ಸು. 62 ವರ್ಷಗಳು ಜೊತೆಯಲ್ಲೇ ಕಳೆದು ಬಿಟ್ಟಿದ್ದವು.

ಜನ ಚಡಪಡಿಸಿದರು. ಅವರಿಗೆ ಇನ್ನೂ ಕಾಯುವುದು ಬೇಕಾಗಿರಲಿಲ್ಲ.

ಅವರೆದುರು ಒಂದೇ ಅಡಚಣೆಯಿತ್ತು: ಬ್ರಿಟಿಷರ ಒಡೆದು ಆಳುವ ನೀತಿ. ಅದರಿಂದಾಗಿ ಜನರಲ್ಲಿ ಸ್ವತಂತ್ರವಾಗಬೇಕಾದರೆ ಭಾರತ ಎರಡಾಗಿ ವಿಭಜನೆಯಾಗಬೇಕೆಂಬ ಯೋಚನೆ ಬಂದಿತ್ತು. ಹಳ್ಳಿಗಳ, ಪಟ್ಟಣಗಳ, ಬೇರೆ ಬೇರೆ ಊರುಗಳ ರಸ್ತೆಗಳಲ್ಲಿ ಹಿಂದೂಗಳು ಮುಸ್ಲಿಮರನ್ನ, ಮುಸ್ಲಿಮರು ಹಿಂದೂಗಳನ್ನ ಕೊಲ್ಲಲು ಶುರುಮಾಡಿದರು. ಗಾಂಧೀಜಿ ಉಪವಾಸದಿಂದ ಈ ಹೊಡೆದಾಟವನ್ನು ನಿಲ್ಲಿಸಲು ಪ್ರಯತ್ನಿಸಿದರು. ಆದರೆ ಈ ಬಾರಿ ಎಲ್ಲರೂ ಅವರ ಮಾತು ಕೇಳಲಿಲ್ಲ. ಹಲವು ಮುಸ್ಲಿಮರು ತಮ್ಮ ಸಾಮಾನುಗಳನ್ನು ಕಟ್ಟಿ ಪೂರ್ವದ ದಿಕ್ಕಿನಲ್ಲಿ ಪೂರ್ವ ಪಾಕಿಸ್ತಾನಕ್ಕೆ, ಮತ್ತು ಇನ್ನು ಕೆಲವರು ಪಶ್ಚಿಮದ ಕಡೆಗೆ ಪಶ್ಚಿಮ ಪಾಕಿಸ್ತಾನಕ್ಕೆ ನಡೆದರು. ಹಿಂದೂಗಳು ಭಾರತಕ್ಕೆ ಬಂದರು.

ಕೊನೆಗೂ ಭಾರತ ಮತ್ತು ಪಾಕಿಸ್ತಾನ ಆಗಸ್ಟ್ 1947ರಂದು ಬ್ರಿಟಿಷರಿಂದ ಸ್ವಾತಂತ್ರ್ಯ ಪಡೆಯಿತು. ಮಹಮದ್ ಆಲಿ ಜಿನ್ನಾ ಪಾಕಿಸ್ತಾನದ ಖ್ಯಾದೆ ಆಜಾದ್ ಆದರು. ಜವಹರಲಾಲ್ ನೆಹರೂ ಭಾರತದ ಪ್ರಧಾನ ಮಂತ್ರಿಯಾದರು. ಹಲವು ವರ್ಷಗಳ ನಂತರ ಪೂರ್ವ ಪಾಕಿಸ್ತಾನವನ್ನು ಬಾಂಗ್ಲಾ ದೇಶವೆಂದು ಕರೆಯಲಾಯಿತು.

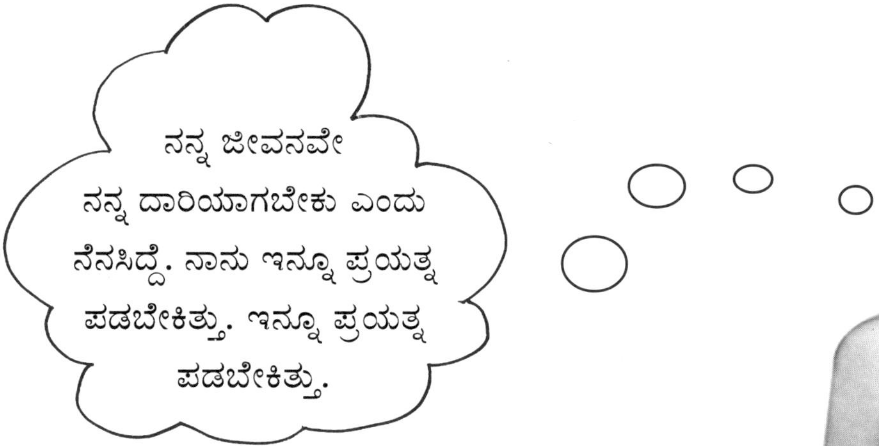

ನನ್ನ ಜೀವನವೇ ನನ್ನ ದಾರಿಯಾಗಬೇಕು ಎಂದು ನೆನಸಿದ್ದೆ. ನಾನು ಇನ್ನೂ ಪ್ರಯತ್ನ ಪಡಬೇಕಿತ್ತು. ಇನ್ನೂ ಪ್ರಯತ್ನ ಪಡಬೇಕಿತ್ತು.

ಗಾಂಧೀಜಿ ಎಷ್ಟೇ ಪ್ರಯತ್ನ ಪಟ್ಟರೂ ಭಾರತದ ವಿಭಜನೆಯನ್ನು ಮಾತ್ರ ನಿಲ್ಲಿಸಲಾಗಲಿಲ್ಲ. ಅವರು ಈಗೇನು ಮಾಡಲು ಸಾಧ್ಯ?

ಕೊನೆಯ ಕೆಲಸವೊಂದು ಬಾಕಿಯಿತ್ತು. ಅವರು ತಮ್ಮ ಊರುಗೋಲು ಹಿಡಿದು ಜನರು ಒಬ್ಬರನ್ನೊಬ್ಬರು ಕೊಂದ, ಇನ್ನೂ ಕೊಲ್ಲುತ್ತಿರುವ ಜಾಗಗಳಿಗೆ ನಡೆದರು. ಕೆಲವೊಮ್ಮೆ ಬರಿಗಾಲಲ್ಲಿ ಮನೆಯಿಂದ ಮನೆಗೆ ನಡೆದರು. ಕೆಲ ಜನ ಅವರನ್ನು ಬೈದರು. ಕೆಲವರು ಕಾಲಿಗೆ ಬಿದ್ದು ಅತ್ತರು. ಎಲ್ಲಾ ಕಡೆಯೂ ಗಾಂಧಿ ನಿಂತು, ಎಲ್ಲರ ಕತೆ ಕೇಳಿ ಅವರ ಮನೆಗಳಲ್ಲೇ ರಾತ್ರಿಗಳನ್ನು ಕಳೆದರು.

ಅವರು ತಮ್ಮ ಪ್ರೀತಿಯಿಂದ ಮತ್ತು ಪ್ರಾರ್ಥನೆಯಿಂದ ಜನರನ್ನು ಸಮಧಾನ ಪಡಿಸುತ್ತಿದ್ದಂತೆಯೇ, ಭಾರತ ವಿಭಜನೆಯಾದ್ದರ ಸತ್ಯ ಅವರಿಂದ ತಾಳಲಾಗಲಿಲ್ಲ. ತಾನು ಜನರ ಒಳಿತಿನ ಎದುರು ಸೋತುಬಿಟ್ಟೆ ಎಂದು ಅವರಿಗನ್ನಿಸಿತು.

ಆದರೆ ಜಗತ್ತು ಅವರನ್ನು ಶಾಂತಿಯನ್ನು ಹಂಚಿ, ಪ್ರೀತಿ ಎಲ್ಲವನ್ನೂ ಗೆಲ್ಲಬಹುದು ಎಂದು ತೋರಿಸಿಕೊಟ್ಟವರು ಎಂದೇ ನೆನಪಿಸುತ್ತದೆ. ಅವರ ಜೀವನ ಎಲ್ಲೆಡೆಯಲ್ಲೂ ಹಲವು ನಾಯಕರನ್ನು ಪ್ರೋತ್ಸಾಹಿಸಿದೆ. ಅಮೇರಿಕಾದ ಮಾರ್ಟಿನ್ ಲೂಥರ್ ಕಿಂಗ್, ದಕ್ಷಿಣ ಆಫ್ರಿಕಾದ ನೆಲ್ಸನ್ ಮಂಡೇಲಾ, ಟಿಬೆಟನ್ನರ ಆಧ್ಯಾತ್ಮಿಕ ಗುರು ದಲಾಯಿಲಾಮಾ ಎಲ್ಲರೂ ಮಹಾತ್ಮಾ ಗಾಂಧಿಯಿಂದ ತಾವೆಷ್ಟು ಕಲಿತಿದ್ದೇವೆ ಎಂದು ಹೇಳಿದ್ದಾರೆ.

ಜನವರಿ 30, 1948ರಲ್ಲಿ ಅವರು ತೀರಿಹೋದಾಗ ಗಾಂಧೀಜಿ ತಮ್ಮ ಸಂಜೆಯ ಪ್ರಾರ್ಥನೆಗಾಗಿ ಭರದಿಂದ ಸಾಗುತ್ತಿದ್ದರು. ಅವರು ಅಂದು ತಡವಾಗಿದ್ದರು, ತಡವಾಗಿ ಹೋಗುವುದು ಅವರಿಗೆ ಹಿಡಿಸದು.

ಒಮ್ಮೆಯಂತೂ ಅವರು ಪ್ರಾರ್ಥನೆಯ ಸಮಯಕ್ಕೆ ಸರಿಯಾಗಿ ತಲುಪಲು ಯಾರದ್ದೋ ಸೈಕಲನ್ನು ಏರಿ ಹೋಗಿದ್ದರು. ಆ ಸಮಯ ಹಲವು ವರ್ಷಗಳಿಂದ ಅವರು ಸೈಕಲ್ ಓಡಿಸಿಯೇ ಇರಲಿಲ್ಲ!

ಈಗ ಅವರು ಸಮಯಕ್ಕೆ ಸರಿಯಾಗಿ ತಲುಪಬೇಕೆಂದು ಭರದಿಂದ ನಡೆಯುತ್ತಿದ್ದಾಗ ಮೂರು ಗುಂಡುಗಳು ಅವರ ದೇಹಕ್ಕೆ ನಾಟಿದವು, ಅವರು ಕೆಳಕ್ಕುರುಳಿದರು.

ದೇಶದ ಎಲ್ಲಾ ಕಡೆ ಗದ್ದಲ. ಹೇಗಾಗಲು ಸಾಧ್ಯ? ಯಾಕಾದರೂ ಹೀಗಾಯಿತು?

ಆದರೂ ಅವರು ತೋರಿಸಿದ ದಾರಿ ಸರಿಯಾದ್ದು ಎಂದು ಜಗತ್ತಿಗೆ ತಿಳಿದಿದೆ. ಜಗತ್ತು ಅದನ್ನು ಖಂಡಿತಾ ನೆನಪಿನಲ್ಲಿಡುತ್ತದೆ.

ತಮ್ಮ ಜೀವನದ ಧೀರ್ಘ ಅವಧಿಯಲ್ಲಿ ಗಾಂಧೀಜಿ ಬಹಳಷ್ಟು ಜನರ ವಿರುದ್ಧ ಹೋರಾಟ ನಡೆಸಿದ್ದರು, ಆದರೂ ಹೋರಾಡುವವರ ಜೊತೆ ಅವರು ಗಾಢವಾದ ಸ್ನೇಹವನ್ನೂ ಬೆಳೆಸುತ್ತಿದ್ದರು.

ಕೆಲ ಸಮಯದವರೆಗೆ ಜಾನ್ ಸ್ಮಟ್ಸ್ ಗಾಂಧೀಜಿ ದಕ್ಷಿಣ ಆಫ್ರಿಕಾದಲ್ಲಿದ್ದಾಗ ಜೈಲಿನಲ್ಲಿ ಅವರಿಗಾಗಿ ಹೊಲಿದ ಚಪ್ಪಲಿಯನ್ನು ಬಳಸುತ್ತಿದ್ದರು. “ಅವುಗಳನ್ನು ತೊಡಲು ನಾನು ಲಾಯಕ್ಕಲ್ಲ,” ಎಂದು ಸ್ಮಟ್ಸ್ ಹೇಳುತ್ತಿದ್ದರು.

ಗಾಂಧೀಜಿ ಬ್ರಿಟಿಷರಿಂದ ಬಹಳಷ್ಟು ಕಲಿತರು. ಅವರು ತಮ್ಮ ವಕಾಲತ್ತು ಕಲಿತದ್ದೂ ಇಂಗ್ಲೆಂಡಿಲ್ಲೇ ತಾನೇ!

ನನಗೆ ಇಂಗ್ಲಿಷರೆಂದರೆ ಬಹಳ ಇಷ್ಟ, ಅವರು ಹೇಳುತ್ತಿದ್ದರು. ಅವರ ಆಡಳಿತ ಇಷ್ಟವಿಲ್ಲ ಅಷ್ಟೇ. ಅವರು ಕೊನೆಯ ಬ್ರಿಟಿಷ್ ವೈಸರಾಯ್‌ರ ಹೆಂಡತಿ, ಲೇಡಿ ಎಡ್ವಿನಾ ಮೌಂಟ್‌ಬ್ಯಾಟನ್‌ರ ಭುಜಕ್ಕೆ ಕೈಕೊಟ್ಟೂ ನಡೆದಿದ್ದರು.

ಹಾಗಾಗಿಯೇ ಗಾಂಧೀಜಿಯ ಕತೆ ಯಾವತ್ತೂ ನೆನಪಿನಲ್ಲಿಟ್ಟು ಹೇಳಲಾಗುತ್ತದೆ. ಏಕೆಂದರೆ ಗಾಂಧೀಜಿ ನಮಗೆ ತಪ್ಪಾದ ಕೆಲಸಗಳಿಗೆ ‘ಇಲ್ಲ’ವೆಂದು ಹೇಗೆ ಹೇಳುವುದೆಂದು ತೋರಿಸಿಕೊಟ್ಟರು. ‘ಇಲ್ಲ’ವೆಂದು ಹೇಳಿದ ಮೇಲೂ ಸ್ನೇಹವನ್ನು ಉಳಿಸುವುದು ಹೇಗೆ ಎಂದೂ ತೋರಿಸಿಕೊಟ್ಟರು.

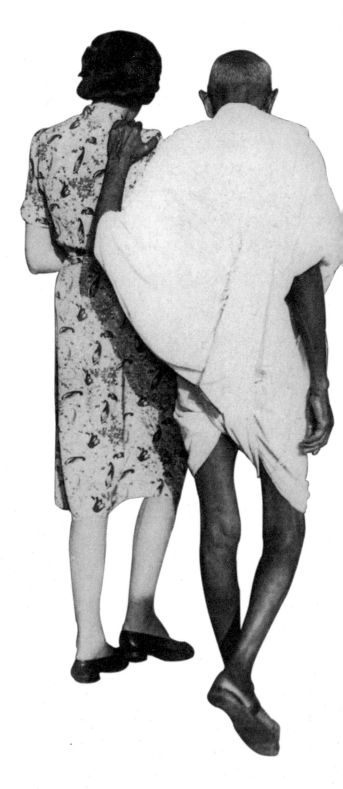